G.C.S.E. Panjab

Revision B

ਜੀ.ਸੀ.ਐੱਸ.ਈ. ਪੰਜਾਬੀ ਲਿਖਣਾ

ਰਿਵਿਯਨ ਬੁੱਕ

By

Dr. J.S. NAGRA M.A.; M.Ed.; Ph.D.

Inspector of Schools (Retd.)

Published by : **NAGRA PUBLICATIONS**
399, Ansty Road, Coventry CV2 3BQ, UK
111, Kenpas Highway, Coventry CV3 6PF
Tel & Fax : 02476 617314
E-mail : js.nagra@ntlworld.com
Website : www.nagrapublications.co.uk

ISBN 978 1 870383 16 5

Ist Edition June 2018

This book is also available from :

1. THE SIKH MISSIONARY SOCIETY UK
    10 Featherstone Road, Southall, Middlesex
    UB2 5AA, Tel: 0208 574 1902.

2. DTF ASIAN PUBLISHERS AND DISTRIBUTORS
    117 Soho Road, Handsworth, Birmingham,
    B21 9ST, Tel: 0121 515 1183.

3. GARDNERS BOOKS LTD
    1 Whittle Drive, Willington Drove, Eastbourne, East Sussex,
    BN 23 6 QH, Tel: 01323521555

4. GURMAT PARCHAR
    21 Brook Road, Northfleet, Gravesend, Kent,
    DA11 8RQ, Tel: 01474 326428

Contents

Acknowledgements

I am very grateful to the Assessment and Qualifications Alliance for allowing me to use some of their material from their GCSE Panjabi specification.

Many thanks to all those who have allowed me to use their photographs in this book.

I thank Mr. Gursagar Singh and all members of Singh Brothers who worked hard to print this book and also many other books.

I would like to thank all members of my family for their constant support, inspiration and encouragement throughout. I am particularly grateful to my grandchildren who are a great source of happiness as I play with them when I am tired of working for long hours. It is largely due to the love and affection I receive at home that helps me to concentrate more and work harder.

June 2018   **Jagat Singh Nagra**

Introduction

AQA is the only Examination Board which is responsible for the provision of GCSE and A Level examination in Panjabi in the United Kingdom. AQA has recently revised its GCSE and A Level Specification in Panjabi. The first GCSE Panjabi examination according to this new specification will take place in summer 2019.

This book deals with Paper 4 Writing and is written according to the new specification. All the three themes mentioned in the new specification have been covered. The learning and teaching materials provided in this book will help students to perform to the best of their ability and achieve a better grade in their GCSE Panjabi examination.

Students and teachers of Panjabi experience a great deal of difficulty to prepare for the GCSE examination in Panjabi because of the non-availability of suitable course materials. This book is produced to meet the growing demands of students and teachers of Panjabi. Both students and teachers will find this book useful to get themselves familiar with the types of questions they may be asked to answer in the examination.

For the convenience of students and teachers all questions have been marked with the symbols F, F/H and H showing that the question is for the Foundation Level or Foundation and Higher Level or Higher Level.

Themes

The specification covers three distinct themes. These themes apply to all four question papers.

Students are expected to understand and provide information and opinions about these themes relating to their own experiences and those of other people, including people in countries/communities where Panjabi is spoken.

Theme 1: Identity and culture

Theme 1: Identity and culture covers the following four topics with related sub-topics shown as bullet points:

Topic 1: Me, my family and friends
- Relationship with family and friends
- Marriage/partnership

Topic 2: Technology in everyday life
- Social media
- Mobile technology

Topic 3: Free-time activities
- Music
- Cinema and TV
- Food and eating out
- Sport

Topic 4: Customs and festivals in Panjabi speaking countries/communities

Theme 2: Local, national, international and global areas of interest

Theme 2: Local, national, international and global areas of interest covers the following four topics with related sub-topics shown as bullet points:

Topic 1: Home, town, neighbourhood and region

Topic 2: Social issues
- Charity/voluntary work
- Healthy/unhealthy living

Topic 3: Global issues
- The environment
- Poverty/homelessness

Topic 4: Travel and tourism

Theme 3: Current and future study and employment

Theme 3: Current and future study and employment covers the following four topics:

Topic 1: My studies

Topic 2: Life at school/college

Topic 3: Education post-16

Topic 4: Jobs, career choices and ambitions

AQA

GCSE Panjabi Writing Paper 4
(25% of the total marks)

There will be two writing tests. Students entered for Foundation Tier will take the Foundation test and students entered for the Higher Tier will take Higher test. In both Foundation and Higher tests all instructions are in English but all questions are in Panjabi. The use of dictionaries is not allowed during both tests.

Foundation Tier Test

The foundation paper will be of one hour and will contain 50 marks. It will contain four questions.

Question 1

A message which requires the candidate to demonstrate the ability to write short sentences using familiar language in a familiar context.   (8 marks)

Question 2

In this question the candidate is required to demonstrate the ability to write a short text using simple sentences and familiar language accurately to convey meaning and exchange information. Candidates are required to write approximately 40 words.   (16 marks)

Question 3

In this question candidates are required to translate about five sentences from English to Panjabi to show that they are able to convey key messages and apply grammatical knowledge of language and structures.   (10 marks)

Question 4

It is a structured writing task which requires students to produce clear and coherent text of extended length to present facts and express ideas and opinions. Students should be able to make accurate use of a variety of vocabulary and grammatical structures including some complex forms to describe and narrate with reference to present, past and future events. They should also be able to manipulate the language, using and adopting a variety of structures and vocabulary. Students are expected to write approximately 90 words. There is a choice of two questions. Students can choose to do either question 4.1 or 4.2. This question is common to Foundation and Higher tests.   (16 marks)

Higher Tier Test

Question 1

This is the same question as question 4 in Foundation Tier test. It is a structured writing task which requires students to produce clear and coherent text of extended length to present facts and express ideas and opinions. Students should be able to make accurate use of a variety of vocabulary and grammatical structures including some complex forms to describe and narrate with reference to present, past and future events. They should also be able to manipulate the language, using and adopting a variety of structures and vocabulary. Students are expected to write approximately 90 words. There is a choice of two questions. Students can choose to do either question 1.1 or 1.2. This question is common to Foundation and Higher tests.   (16 marks)

Question 2

This is an open-ended task. In this question, students are required to demonstrate their ability to make independent, creative and more complex use of the language, as appropriate, to note down key points, express and justify individual thoughts and points of view. Students should also be able to use appropriate style and register. Students are expected to write approximately 150 words. There is a choice of two questions. Students can choose either question 2.1 or 2.2.   (32 marks)

Question 3

In this question students are required to translate a passage in English of 50 words into Panjabi. The students are required to demonstrate the ability to convey a key message accurately applying grammatical knowledge of language and structures.

(12 marks)

Some suggestions for students for better performance

For the GCSE Panjabi writing examination students should be able to produce grammatically correct, logically connected sentences to specific themes and topics. Students will certainly perform better if they are aware of the following points:

1. Foundation Question 1

In this question students are required to write four sentences in Panjabi about a picture. Therefore, students must look at the picture carefully and write four different sentences. This question is marked for communication only.

2. Foundation Question 2

This question contains four bullet points. Students are required to write approximately 40 words in Panjabi for this question. This question is marked for content and quality of language. To score maximum marks in this question students must write something about all the four bullet points and their use of appropriate vocabulary and grammatical structures should generally be accurate.

3. Foundation Question 3

In this question students are required to translate five sentences from English to Panjabi. It is marked for conveying key messages and application of grammatical knowledge of language and structures. Students must translate all five sentences and should show very good knowledge of vocabulary and structures.

4. Foundation Question 4 (Higher Question 1)

This question contains four bullet points. Students are required to write approximately 90 words in Panjabi for this question. It is marked for content and quality of language. To gain maximum marks in this question students must write something about all four bullet points. Their communication should be clear and some opinions are expressed. They must use appropriate vocabulary and some complex structures and sentences. They must also use present, past and future tenses in their answer.

5. Higher Question 2

There are two bullet points in this question. Students are required to write approximately 150 words in Panjabi. This question is assessed for content, range of language and accuracy. To gain maximum marks in this question students must answer both bullet points and give a lot of information with opinions expressed and justified. They must use a variety of appropriate vocabulary and structures and some complex sentences accurately. There should also be an evidence of using present, past and future tenses in their answer.

6. Higher Question 3

In this question students are required to translate a passage in English of 50 words into Panjabi. It is assessed for conveying key messages and application of grammatical knowledge of language and structures. To achieve maximum marks in this question students must convey all key messages and show excellent knowledge of vocabulary and structures.

7. Paragraphs

Students are advised to organise and plan their work into paragraphs. Therefore, it will be better if students elaborate and write a detailed answer about each bullet point in separate paragraphs. Write clearly and appropriately and present information in a sequence.

Some examples of possible answers of the Foundation and Higher Tier questions

Foundation Tier Questions

Question 0 1 ਤੁਹਾਡਾ ਮਿੱਤਰ/ਤੁਹਾਡੀ ਸਹੇਲੀ ਤੁਹਾਨੂੰ ਇਹ ਤਸਵੀਰ ਵਸਟਐੱਪ 'ਤੇ ਭੇਜਦਾ/ਭੇਜਦੀ ਹੈ।

ਇਸ ਤਸਵੀਰ ਵਿੱਚ ਤੁਸੀਂ ਕੀ ਦੇਖਦੇ ਹੋ? ਪੰਜਾਬੀ ਵਿੱਚ ਚਾਰ ਵਾਕ ਲਿਖੋ।

0 1 . 1 ਇਸ ਤਸਵੀਰ ਵਿੱਚ ਦੋ ਮੁੰਡੇ ਹਨ। (2 marks)

0 1 . 2 ਇਸ ਤਸਵੀਰ ਵਿੱਚ ਇੱਕ ਕੁੜੀ ਹੈ। (2 marks)

0 1 . 3 ਇਸ ਤਸਵੀਰ ਵਿੱਚ ਬੱਚਿਆਂ ਦੇ ਮਾਤਾ-ਪਿਤਾ ਜੀ ਹਨ। (2 marks)

0 1 . 4 ਇਸ ਤਸਵੀਰ ਵਿੱਚ ਬੱਚਿਆਂ ਦੀ ਦਾਦੀ ਜੀ ਹਨ। (2 marks)

Question 0 2 **ਤੁਸੀਂ ਆਪਣੇ ਮਿੱਤਰ/ਆਪਣੀ ਸਹੇਲੀ ਨੂੰ ਈ-ਮੇਲ ਭੇਜਦੇ ਹੋ। ਈ-ਮੇਲ ਵਿੱਚ ਹੇਠ ਲਿਖੀਆਂ ਗੱਲਾਂ ਬਾਰੇ ਲਿਖੋ :**

- ਤੁਸੀਂ ਕਿਹੜੀ ਖੇਡ ਖੇਡਦੇ ਹੋ
- ਤੁਸੀਂ ਕਦੋਂ ਅਤੇ ਕਿੱਥੇ ਖੇਡਦੇ ਹੋ
- ਤੁਸੀਂ ਐਤਵਾਰ ਨੂੰ ਕੀ ਕਰਦੇ ਹੋ
- ਖੇਡਾਂ ਖੇਡਣ ਦੇ ਲਾਭ

ਪੰਜਾਬੀ ਵਿੱਚ ਲਗਭਗ 40 ਸ਼ਬਦ ਲਿਖੋ। (16 marks)

ਮੈਂ ਫੁੱਟਬਾਲ ਖੇਡਦਾ ਹਾਂ। ਮੈਂ ਆਪਣੇ ਸਕੂਲ ਦੀ ਟੀਮ ਵਿੱਚ ਖੇਡਦਾ ਹਾਂ।

ਮੈਂ ਹਰ ਸਨਿੱਚਰਵਾਰ ਨੂੰ ਫੁੱਟਬਾਲ ਖੇਡਦਾ ਹਾਂ। ਆਮ ਤੌਰ 'ਤੇ ਅਸੀਂ ਸਕੂਲ ਦੀ ਗਰਾਊਂਡ ਵਿੱਚ ਖੇਡਦੇ ਹਾਂ।

ਮੈਂ ਐਤਵਾਰ ਨੂੰ ਆਪਣੇ ਮਾਤਾ-ਪਿਤਾ ਜੀ ਨਾਲ ਗੁਰਦਵਾਰੇ ਜਾਂਦਾ ਹਾਂ।

ਖੇਡਾਂ ਖੇਡਣ ਦੇ ਬਹੁਤ ਲਾਭ ਹਨ। ਖੇਡਾਂ ਖੇਡਣ ਨਾਲ ਕਸਰਤ ਹੋ ਜਾਂਦੀ ਹੈ। ਸਰੀਰ ਚੁਸਤ ਰਹਿੰਦਾ ਹੈ ਅਤੇ ਸਿਹਤ ਠੀਕ ਰਹਿੰਦੀ ਹੈ।

Question 0 3 **Translate the following sentences into Panjabi.**

1. I like my school because the teachers are good.
   ਮੈਂ ਆਪਣੇ ਸਕੂਲ ਨੂੰ ਪਸੰਦ ਕਰਦੀ ਹਾਂ, ਕਿਉਂਕਿ ਅਧਿਆਪਕ ਚੰਗੇ ਹਨ।
2. I like listening to Panjabi songs.
   ਮੈਂ ਪੰਜਾਬੀ ਗਾਣੇ ਸੁਣਨਾ ਪਸੰਦ ਕਰਦਾ ਹਾਂ।
3. After leaving school I want to start my own business.
   ਸਕੂਲ ਛੱਡਣ ਤੋਂ ਬਾਅਦ ਮੈਂ ਆਪਣਾ ਕਾਰੋਬਾਰ ਸ਼ੁਰੂ ਕਰਨਾ ਚਾਹੁੰਦਾ ਹਾਂ।
4. My sister is very intellegent and she wants to be a doctor.
   ਮੇਰੀ ਭੈਣ ਬਹੁਤ ਹੁਸ਼ਿਆਰ ਹੈ ਅਤੇ ਉਹ ਡਾਕਟਰ ਬਣਨਾ ਚਾਹੁੰਦੀ ਹੈ।
5. I do not like spending too much money on Panjabi marriage ceremonies.
   ਮੈਂ ਪੰਜਾਬੀ ਵਿਆਹਾਂ 'ਤੇ ਬਹੁਤੇ ਪੈਸੇ ਖ਼ਰਚਣੇ ਪਸੰਦ ਨਹੀਂ ਕਰਦੀ।

(10 marks)

Question 4.1 **There is a choice of two questions. You answer either Question 4.1 or Question 4.2. Do not answer both of these questions.**

ਤੁਸੀਂ ਆਪਣੀਆਂ ਛੁੱਟੀਆਂ ਬਾਰੇ ਇੱਕ ਬਲੌਗ ਲਿਖ ਰਹੇ ਹੋ। ਤੁਸੀਂ ਹੇਠ-ਲਿਖੀਆਂ ਗੱਲਾਂ ਬਾਰੇ ਲਿਖ ਸਕਦੇ ਹੋ।

- ਤੁਸੀਂ ਛੁੱਟੀਆਂ 'ਤੇ ਕਿੱਥੇ ਗਏ ਸੀ ਅਤੇ ਕਿਉਂ
- ਕੀ ਦੇਖਿਆ
- ਤੁਹਾਨੂੰ ਕੀ ਚੰਗਾ ਲੱਗਿਆ ਅਤੇ ਕਿਉਂ
- ਕੀ ਚੰਗਾ ਨਹੀਂ ਲੱਗਿਆ ਅਤੇ ਕਿਉਂ

ਪੰਜਾਬੀ ਵਿੱਚ ਲਗਭਗ 90 ਸ਼ਬਦ ਲਿਖੋ। ਹਰ ਭਾਗ ਬਾਰੇ ਕੁਝ ਲਿਖੋ। (16 marks)

ਪਿਛਲੇ ਸਾਲ ਛੁੱਟੀਆਂ ਵਿੱਚ ਮੈਂ ਆਪਣੇ ਪਰਿਵਾਰ ਨਾਲ ਪੰਜਾਬ ਗਿਆ ਸੀ। ਮੈਂ ਅੰਮ੍ਰਿਤਸਰ ਵਿੱਚ ਹਰਿਮੰਦਰ ਸਾਹਿਬ ਨਹੀਂ ਦੇਖਿਆ ਸੀ। ਸੋ ਮੈਂ ਚਾਹੁੰਦਾ ਸੀ ਕਿ ਹਰਿਮੰਦਰ ਸਾਹਿਬ ਦੇ ਦਰਸ਼ਨ ਜ਼ਰੂਰ ਕਰਾਂ। ਸਾਡੇ ਕਈ ਰਿਸ਼ਤੇਦਾਰ ਵੀ ਪੰਜਾਬ ਵਿੱਚ ਰਹਿੰਦੇ ਹਨ। ਸਾਡਾ ਉਹਨਾਂ ਨੂੰ ਮਿਲਣ ਲਈ ਵੀ ਬਹੁਤ ਜੀ ਕਰਦਾ ਸੀ।

ਪੰਜਾਬ ਵਿੱਚ ਅਸੀਂ ਚੰਡੀਗੜ੍ਹ, ਜਲੰਧਰ ਅਤੇ ਕਈ ਹੋਰ ਥਾਵਾਂ 'ਤੇ ਗਏ ਸੀ। ਅਸੀਂ ਸਭ ਤੋਂ ਪਹਿਲਾਂ ਸਿੱਧੇ ਹਰਿਮੰਦਰ ਸਾਹਿਬ ਗਏ ਸੀ। ਹਰਿਮੰਦਰ ਸਾਹਿਬ ਦੇ ਦਰਸ਼ਨ ਕਰ ਕੇ ਸਾਨੂੰ ਬਹੁਤ ਖ਼ੁਸ਼ੀ ਹੋਈ ਸੀ।

ਸਾਨੂੰ ਆਪਣੇ ਰਿਸ਼ਤੇਦਾਰਾਂ ਨੂੰ ਮਿਲ ਕੇ ਬਹੁਤ ਚੰਗਾ ਲੱਗਿਆ ਸੀ, ਕਿਉਂਕਿ ਉਹ ਸਾਡੇ ਨਾਲ ਬਹੁਤ ਪਿਆਰ ਕਰਦੇ ਸਨ। ਪਿੰਡਾਂ ਵਿੱਚ ਰਹਿ ਕੇ ਵੀ ਚੰਗਾ ਲੱਗਿਆ, ਕਿਉਂਕਿ ਪਿੰਡਾਂ ਦਾ ਵਾਤਾਵਰਣ ਸ਼ਹਿਰਾਂ ਨਾਲੋਂ ਕਾਫ਼ੀ ਚੰਗਾ ਸੀ।

ਪੰਜਾਬ ਦੇ ਸ਼ਹਿਰਾਂ ਵਿੱਚ ਟ੍ਰੈਫ਼ਿਕ ਦੀ ਹਾਲਤ ਸਾਨੂੰ ਚੰਗੀ ਨਹੀਂ ਲੱਗੀ। ਸੜਕਾਂ ਉੱਤੇ ਐਕਸੀਡੈਂਟ ਬਹੁਤ ਹੁੰਦੇ ਹਨ, ਕਿਉਂਕਿ ਬਹੁਤੇ ਡਰਾਈਵਰ ਟ੍ਰੈਫ਼ਿਕ ਦੇ ਰੂਲਾਂ ਦੀ ਪਰਵਾਹ ਨਹੀਂ ਕਰਦੇ ਅਤੇ ਇੱਕ ਦੂਜੇ ਤੋਂ ਅੱਗੇ ਹੋਣ ਦੀ ਕੋਸ਼ਿਸ਼ ਕਰਦੇ ਹਨ।

ਅਗਲੇ ਸਾਲ ਅਸੀਂ ਪਰਿਵਾਰ ਸਹਿਤ ਕੈਨੇਡਾ ਦੀ ਸੈਰ ਕਰਨ ਜਾਵੇਂਗੇ, ਕਿਉਂਕਿ ਉੱਥੇ ਵੀ ਸਾਡੇ ਕੁੱਝ ਰਿਸ਼ਤੇਦਾਰ ਰਹਿੰਦੇ ਹਨ।

Higher Tier Questions

Higher Tier question 1 is the same as Foundation question 4. This question is common to both Foundation and Higher Tier tests. Therefore, questions 4.1 and 4.2 in the Foundation test are the same as questions 1.1 and 1.2 in the Higher test.

Higher Question 2

Answer either Question 2.1 or Question 2.2.
You should not anwser both of these questions.

0 2 . 1 **ਤੁਸੀਂ ਪੰਜਾਬੀ ਅਖ਼ਬਾਰ ਲਈ ਆਪਣੇ ਸ਼ਹਿਰ ਬਾਰੇ ਇੱਕ ਆਰਟੀਕਲ ਲਿਖਦੇ ਹੋ।**
ਤੁਸੀਂ ਹੇਠ-ਲਿਖੀਆਂ ਗੱਲਾਂ ਬਾਰੇ ਲਿਖ ਸਕਦੇ ਹੋ:

- ਤੁਹਾਡਾ ਸ਼ਹਿਰ ਅਤੇ ਇਸ ਦਾ ਆਲਾ-ਦੁਆਲਾ
- ਲਿਖੋ ਕਿ ਤੁਹਾਡਾ ਸ਼ਹਿਰ ਕਿਉਂ ਇੱਕ ਚੰਗਾ ਸ਼ਹਿਰ ਹੈ

ਪੰਜਾਬੀ ਵਿੱਚ ਲਗਭਗ 150 ਸ਼ਬਦ ਲਿਖੋ। ਦੋਨਾਂ ਭਾਗਾਂ ਬਾਰੇ ਕੁਝ ਲਿਖੋ। (32 marks)

ਮੇਰੇ ਸ਼ਹਿਰ ਦਾ ਨਾਂ ਬਰਮਿੰਘਮ ਹੈ। ਇਹ ਬਹੁਤ ਵੱਡਾ ਸ਼ਹਿਰ ਹੈ। ਇਹ ਸ਼ਹਿਰ ਵੱਸੋਂ ਅਤੇ ਏਰੀਏ ਦੇ ਹਿਸਾਬ ਨਾਲ ਲੰਡਨ ਤੋਂ ਬਾਅਦ ਦੂਜੇ ਨੰਬਰ 'ਤੇ ਆਉਂਦਾ ਹੈ। ਇਹ ਸ਼ਹਿਰ ਮਿਡਲੈਂਡ ਵਿੱਚ ਹੈ। ਵਾਲਸਲ, ਵੁਲਵਰਹੈਂਪਟਨ, ਡਡਲੀ, ਕਾਵੈਂਟਰੀ, ਲੈਸਟਰ ਇਸ ਦੇ ਨੇੜੇ ਹਨ। M6 ਅਤੇ M5 ਦੀਆਂ ਸੜਕਾਂ ਵੀ ਇਸ ਸ਼ਹਿਰ ਦੇ ਲਾਗੇ ਹਨ।

ਮੇਰੇ ਖ਼ਿਆਲ ਵਿੱਚ ਇਹ ਇੱਕ ਬਹੁਤ ਚੰਗਾ ਸ਼ਹਿਰ ਹੈ, ਕਿਉਂਕਿ ਇਸ ਸ਼ਹਿਰ ਦੇ ਆਲੇ-ਦੁਆਲੇ ਸੜਕਾਂ ਦਾ ਜਾਲ ਵਿਛਿਆ ਹੋਇਆ ਹੈ। ਇੱਥੇ ਇੱਕ ਵੱਡਾ ਰੇਲਵੇ ਸਟੇਸ਼ਨ ਅਤੇ ਇੱਕ ਏਅਰਪੋਰਟ ਵੀ ਹੈ। ਇੱਥੋਂ ਇੰਗਲੈਂਡ ਦੇ ਦੂਜੇ ਸ਼ਹਿਰਾਂ ਨੂੰ ਜਾਣਾ ਸੌਖਾ ਹੈ, ਕਿਉਂਕਿ ਇੱਥੋਂ ਹਰ ਪਾਸੇ ਨੂੰ ਗੱਡੀਆਂ ਅਤੇ ਕੋਚਾਂ ਜਾਂਦੀਆਂ ਹਨ। ਏਅਰਪੋਰਟ ਦੇ ਹੋਣ ਕਰਕੇ ਲੋਕੀਂ ਦੂਜੇ ਦੇਸ਼ਾਂ ਨੂੰ ਵੀ ਬੜੀ ਆਸਾਨੀ ਨਾਲ ਜਾ ਸਕਦੇ ਹਨ।

ਬਰਮਿੰਘਮ ਵਿੱਚ ਇਕ ਨੈਸ਼ਨਲ ਐਗਜ਼ੀਬੀਸ਼ਨ ਸੈਂਟਰ ਹੈ, ਜਿੱਥੇ ਵੱਖ-ਵੱਖ ਕੰਪਨੀਆਂ ਆਪਣੀਆਂ ਚੀਜ਼ਾਂ ਦੀਆਂ ਪ੍ਰਦਰਸ਼ਨੀਆਂ ਕਰਦੀਆਂ ਹਨ। ਇੱਥੇ ਬਹੁਤ ਸਾਰੇ ਸਭਿਆਚਾਰਕ ਪ੍ਰੋਗਰਾਮ ਵੀ ਹੁੰਦੇ ਹਨ। ਇਸ ਸੈਂਟਰ ਵਿੱਚ ਲੋਕੀਂ ਬੜੀ ਆਸਾਨੀ ਨਾਲ ਜਾ ਸਕਦੇ ਹਨ, ਕਿਉਂਕਿ ਇਹ ਏਅਰਪੋਰਟ ਦੇ ਲਾਗੇ ਹੈ ਅਤੇ ਬਰਮਿੰਘਮ ਇੰਟਰਨੈਸ਼ਨਲ ਰੇਲਵੇ ਸਟੇਸ਼ਨ ਵੀ ਕੋਈ ਬਹੁਤਾ ਦੂਰ ਨਹੀਂ ਹੈ। ਪਿਛਲੇ ਸਾਲ ਮੈਂ ਗੁਰਦਾਸ ਮਾਨ ਦਾ ਪ੍ਰੋਗਰਾਮ ਐਗਜ਼ੀਬੀਸ਼ਨ ਸੈਂਟਰ ਵਿੱਚ ਦੇਖਿਆ ਸੀ। ਮੈਨੂੰ ਇਹ ਪ੍ਰੋਗਰਾਮ ਬਹੁਤ ਪਸੰਦ ਆਇਆ ਸੀ ?

ਪੜ੍ਹਾਈ ਕਰਕੇ ਵੀ ਇਹ ਸ਼ਹਿਰ ਕਾਫ਼ੀ ਪ੍ਰਸਿੱਧ ਹੈ। ਇੱਥੇ ਕਈ ਕਾਲਜ ਅਤੇ ਕਈ ਯੂਨੀਵਰਸਿਟੀਆਂ ਵੀ ਹਨ। ਇੱਥੇ ਕਈ ਧਰਮਾਂ ਦੇ ਲੋਕ ਬੜੇ ਪਿਆਰ ਨਾਲ ਰਹਿੰਦੇ ਹਨ। ਆਉਣ ਵਾਲੇ ਸਮੇਂ ਵਿੱਚ ਇਹ ਸ਼ਹਿਰ ਹੋਰ ਵੀ ਤਰੱਕੀ ਕਰੇਗਾ।

Question **0 3** **Translate the following passage into Panjabi.**

My elder sister is very good and helps me in my studies. But my younger brother is rather cheeky. He often teases me and wastes my time. Last year our parents took us to India for two weeks' holidays. We were very pleased to visit the Golden Temple and the Taj Mahal.

(12 marks)

ਮੇਰੀ ਵੱਡੀ ਭੈਣ ਬਹੁਤ ਚੰਗੀ ਹੈ ਅਤੇ ਮੇਰੀ ਪੜ੍ਹਾਈ ਵਿੱਚ ਮੇਰੀ ਸਹਾਇਤਾ ਕਰਦੀ ਹੈ। ਪਰ ਮੇਰਾ ਛੋਟਾ ਭਰਾ ਜ਼ਰਾ ਸ਼ਰਾਰਤੀ ਹੈ। ਉਹ ਅਕਸਰ ਮੈਨੂੰ ਤੰਗ ਕਰਦਾ ਹੈ ਅਤੇ ਮੇਰਾ ਸਮਾਂ ਖ਼ਰਾਬ ਕਰਦਾ ਹੈ। ਪਿਛਲੇ ਸਾਲ ਸਾਡੇ ਮਾਤਾ-ਪਿਤਾ ਜੀ ਸਾਨੂੰ ਦੋ ਹਫ਼ਤਿਆਂ ਦੀਆਂ ਛੁੱਟੀਆਂ ਲਈ ਇੰਡੀਆ ਲੈ ਕੇ ਗਏ ਸੀ। ਸਾਨੂੰ ਗੋਲਡਨ ਟੈਂਪਲ ਅਤੇ ਤਾਜ ਮਹੱਲ ਦੇਖ ਕੇ ਬਹੁਤ ਖ਼ੁਸ਼ੀ ਹੋਈ ਸੀ।

CHAPTER 1

Theme 1 : Identity and Culture

Topic 1 : Me, my family and friends

• Relationship with family and friends

1. ਤੁਹਾਡਾ ਮਿੱਤਰ/ਤੁਹਾਡੀ ਸਹੇਲੀ ਤੁਹਾਨੂੰ ਇਹ ਤਸਵੀਰ ਵਟਸਐੱਪ 'ਤੇ ਭੇਜਦਾ/ਭੇਜਦੀ ਹੈ। *Photo -card*

ਤੁਸੀਂ ਇਸ ਤਸਵੀਰ ਵਿੱਚ ਕੀ ਦੇਖਦੇ ਹੋ ? ਪੰਜਾਬੀ ਵਿੱਚ ਚਾਰ ਵਾਕ ਲਿਖੋ।

1. ....

2. ....

3. ....

4. .... (F)

2. ਤੁਸੀਂ ਆਪਣੇ ਮਿੱਤਰ/ਆਪਣੀ ਸਹੇਲੀ ਨੂੰ ਆਪਣੇ ਪਰਿਵਾਰ ਬਾਰੇ ਈ-ਮੇਲ ਲਿਖਦੇ ਹੋ ? ਲਿਖੋ :- *How*

- ਮਾਤਾ ਜੀ

- ਪਿਤਾ ਜੀ

- ਭਰਾ

- ਭੈਣ

ਲਗਭਗ 40 ਸ਼ਬਦ ਪੰਜਾਬੀ ਵਿੱਚ ਲਿਖੋ। (F)

3. Translate the following sentences into Panjabi.

1. My name is Arjun.

   ....

2. I live in Coventry.

   ....

3. I am fifteen years old.

   ....

4. I have one brother and two sisters. My brother is tall.

   ....

5. I like my school because the education is good.

   ....

6. I like Mathematics but I do not like History.

   ....

7. I live with my family.

   ....

8. There are six members in my family.

   ....

9. My mother is a teacher and my father is a chemist.

   ....

10. My brother and sisters go to the same school.

    ....

11. My parents help me in my studies.

    ....

12. I have two friends Arun and Anita.

    ....

13. Arjun likes playing football.

    ....

14. Anita is very good in her studies and helps me in my studies.

....

15. Arun is fourteen years old and Anita is also fourteen years old.

....

16. I like my friend.

....

17. We help each other.

.... (F)

H•W

4. ਤੁਸੀਂ ਆਪਣੇ ਚਾਚਾ ਜੀ ਨੂੰ ਆਪਣੇ ਮਿੱਤਰ/ਆਪਣੀ ਸਹੇਲੀ ਬਾਰੇ ਈ-ਮੇਲ ਲਿਖਦੇ ਹੋ। ਲਿਖੋ :

- ਤੁਹਾਡੇ ਮਿੱਤਰ/ਤੁਹਾਡੀ ਸਹੇਲੀ ਦਾ ਨਾਂ ਅਤੇ ਉਮਰ
- ਮਿੱਤਰ/ਸਹੇਲੀ ਦੇ ਮਾਤਾ-ਪਿਤਾ ਬਾਰੇ - *ਸੁਭਾਅ, ਨਾਂ*
- ਮਿੱਤਰ/ਸਹੇਲੀ ਦਾ ਸੁਭਾਅ - *ਹਸਮੁੱਖ, ਮਿਲਣਸਾਰ*
- ਤੁਸੀਂ ਆਪਣੇ ਮਿੱਤਰ/ਆਪਣੀ ਸਹੇਲੀ ਨੂੰ ਕਿਉਂ ਪਸੰਦ ਕਰਦੇ ਹੋ *honest, qualities.*

ਪੰਜਾਬੀ ਵਿੱਚ ਲਗਭਗ 90 ਸ਼ਬਦ ਲਿਖੋ। ਚਾਰੇ ਗੱਲਾਂ ਬਾਰੇ ਕੁਝ ਲਿਖੋ। (F/H)

5. ਤੁਸੀਂ ਆਪਣੇ ਬਲੌਗ ਵਿੱਚ ਆਪਣੇ ਪਰਿਵਾਰ ਬਾਰੇ ਦੱਸ ਰਹੇ ਹੋ। ਤੁਸੀਂ ਹੇਠ-ਲਿਖੀਆਂ ਗੱਲਾਂ ਬਾਰੇ ਲਿਖ ਸਕਦੇ ਹੋ : *-16 marks (exan)*

- ਤੁਹਾਡੇ ਪਰਿਵਾਰ ਵਿੱਚ ਕੌਣ ਕੌਣ ਹੈ - *ਸੋਸਾਇਟੀ, ਜੋੜੀ, ਸੀਨੀਅਰ ਸੈਕੰਡਰੀ ਸਟੇਟ,*
- ਤੁਹਾਡੇ ਮਾਤਾ-ਪਿਤਾ ਜੀ ਕੀ ਕੰਮ ਕਰਦੇ ਹਨ - *ਜੋੜੀ ਮਾਤਾ ਜੀ. ਵਾਤਾਵਰਣ.*
- ਆਪਣੇ ਭੈਣਾਂ-ਭਰਾਵਾਂ ਬਾਰੇ ਲਿਖੋ - *university, younger and older- 4 sentences*
- ਤੁਸੀਂ ਆਪਣਾ ਪਰਿਵਾਰ ਕਿਉਂ ਪਸੰਦ ਕਰਦੇ ਹੋ - *ਸੁਭਾਅ, Qualities.*

ਪੰਜਾਬੀ ਵਿੱਚ ਲਗਭਗ 90 ਸ਼ਬਦ ਲਿਖੋ। ਚਾਰੇ ਗੱਲਾਂ ਬਾਰੇ ਕੁਝ ਲਿਖੋ। (F/H)

magzine

6. ਤੁਸੀਂ ਆਪਣੇ ਸਕੂਲ ਦੇ ਰਸਾਲੇ ਲਈ ਇੱਕ ਲੇਖ ਲਿਖਦੇ ਹੋ। ਤੁਸੀਂ ਹੇਠ-ਲਿਖੀਆਂ ਗੱਲਾਂ ਬਾਰੇ ਲਿਖ ਸਕਦੇ ਹੋ : *32 marks (excam)*

- ਇੱਕ ਚੰਗੇ ਮਿੱਤਰ/ਸਹੇਲੀ ਦੇ ਗੁਣ - *12-15 sentences*
- ਬੱਚਿਆਂ ਦੀ ਤਰੱਕੀ ਵਿੱਚ ਚੰਗੇ ਪਰਿਵਾਰ ਦੀ ਲੋੜ *-15-16 Sentences.*

ਪੰਜਾਬੀ ਵਿੱਚ ਲਗਭਗ 150 ਸ਼ਬਦ ਲਿਖੋ। ਦੋਨੋਂ ਭਾਗਾਂ ਬਾਰੇ ਲਿਖੋ। (H)

H.W

7. **Translate the following passage into Panjabi.**

My best friend is my younger brother. We get on very well. Last year we went to the Panjab together and had visited many cities and stayed in many hotels. Next year we will go to Canada together to meet our uncle who lives there with his family. Last year our uncle and his family came to see us in England.

(H)

8. **Translate the following passage into Panjabi.**

I like my family very much. There are seven members in my family and we all live together. My grand-father and grand-mother also live with us. I learn Panjabi from my grand-parents. We meet our uncle, aunt and our three cousins every Saturday and we have tea together. Sometimes we all go together to a restaurant to have a meal.

(H)

9. **Translate the following passage into Panjabi.**

It was my birthday last Sunday. My parents took me and my sister to a restaurant in the city centre. Some of my friends were also invited. We had a meal together there. The meal was very tasty. My parents and friends gave me some presents. Next week, it is my friend's birthday and I will attend it along with my sister.

(H)

10. **Translate the following passage into Panjabi.**

I like listening to music. My favourite singer is Gurdas Mann. I play hockey and do swimming. I do not go to the cinema a lot because the tickets are expensive. I prefer Panjabi food and there is a good resturant in our city where you can get very good Panjabi food. I do not eat any fast food.

(H)

Vocabulary :

Q 1 : ਤਸਵੀਰ — picture   ਸਹੇਲੀ — friend
ਲਗਭਗ — approximately   ਵਾਕ — sentences
ਪਰਿਵਾਰ — family

Q 2 : ਸ਼ਬਦ — words

Q 3 : teachers — ਅਧਿਆਪਕ   mathematics — ਹਿਸਾਬ/ਗਣਿਤ
studies — ਪੜ੍ਹਾਈ   parents — ਮਾਤਾ-ਪਿਤਾ

20

Q 4 :	ਉਮਰ	— age	ਸੁਭਾਅ	— habit
	ਹੇਠ ਲਿਖੀਆਂ	— written below	ਗੱਲਾਂ	— utterances/ things
	ਕੁਝ	— something		
Q 5 :	ਪਸੰਦ	— like		
Q 6 :	ਰਸਾਲੇ	— magazine	ਲੇਖ	— essay
	ਗੁਣ	— qualities	ਤਰੱਕੀ	— progress
	ਲੋੜ	— need	ਭਾਗਾਂ	— parts
Q 7 :	younger	— ਛੋਟਾ/ਛੋਟੀ	together	— ਇਕੱਠੇ
	visited	— ਦੇਖੇ	next year	— ਅਗਲੇ ਸਾਲ
Q 8 :	very much	— ਬਹੁਤ ਜ਼ਿਆਦਾ	grand father	— ਦਾਦਾ ਜੀ
	grand mother	— ਦਾਦੀ ਜੀ	grand parents	— ਦਾਦਾ ਜੀ, ਦਾਦੀ ਜੀ
	cousins	— ਚਾਚੇ, ਤਾਏ, ਮਾਮੇ ਦੇ ਬੱਚੇ	meals	— ਖਾਣਾ
Q 9 :	birthday	— ਜਨਮ ਦਿਨ	also	— ਭੀ
	invited	— ਸੱਦਿਆ ਸੀ	next week	— ਅਗਲੇ ਹਫ਼ਤੇ
	along with	— ਨਾਲ		
Q 10 :	listen	— ਸੁਣਨਾ	music	— ਗੀਤ/ਸੰਗੀਤ
	favourite	— ਮਨਪਸੰਦ	singer	— ਗਵਈਆ/ਗਾਇਕ
	swimming	— ਤਰਨਾ	fast food	— ਛੇਤੀ ਤਿਆਰ ਕੀਤਾ ਭੋਜਨ/ਫ਼ਾਸਟ ਫ਼ੂਡ

- **Marriage/partnership**

1. ਤੁਸੀਂ ਇਹ ਤਸਵੀਰ ਦੇਖਦੇ ਹੋ। — Speaking exam

ਤੁਸੀਂ ਇਸ ਤਸਵੀਰ ਵਿੱਚ ਕੀ ਦੇਖਦੇ ਹੋ ? ਪੰਜਾਬੀ ਵਿੱਚ ਚਾਰ ਵਾਕ ਲਿਖੋ।

1. ....
2. ....
3. ....
4. .... (F)

2. ਤੁਸੀਂ ਆਪਣੇ ਮਿੱਤਰ/ਆਪਣੀ ਸਹੇਲੀ ਨੂੰ ਵਿਆਹ ਦੀ ਰਸਮ ਬਾਰੇ ਈ-ਮੇਲ ਲਿਖਦੇ ਹੋ ? ਤੁਸੀਂ ਹੇਠ-ਲਿਖੀਆਂ ਗੱਲਾਂ ਬਾਰੇ ਲਿਖ ਸਕਦੇ ਹੋ :

discuss each of it - important

Starting and ending.

- ਕੁੜਮਾਈ/ਮੰਗਣੀ
- ਚਾਹ ਪਾਣੀ
- ਫੇਰੇ
- ਸੌਹਰੇ

discuss each of it.

ਲਗਭਗ 40 ਸ਼ਬਦ ਪੰਜਾਬੀ ਵਿੱਚ ਲਿਖੋ। (F)

H.W

3. Translate the following sentences into Panjabi.

1. I have a brother who is married.

   ....

2. My sister is not married yet.

   ....

3. My friend Amarjit will get married next year.

   ....

4. I do not want to marry yet.

   ....

5. I want to marry when I will be at least 25 years old.

   .... (F)

H.W

4. ਤੁਸੀਂ ਆਪਣੇ ਪੰਜਾਬੀ ਮਿੱਤਰ/ਆਪਣੀ ਸਹੇਲੀ ਨੂੰ ਵਿਆਹ ਬਾਰੇ ਈ-ਮੇਲ ਲਿਖਦੇ ਹੋ, ਜੋ ਤੁਸੀਂ ਪਿਛਲੇ ਹਫ਼ਤੇ ਦੇਖਿਆ ਸੀ। ਲਿਖੋ: (16 marks) - 1 page

- ਵਿਆਹ ਕਿਸ ਦਾ, ਕਿੱਥੇ ਅਤੇ ਕਦੋਂ ਹੋਇਆ
- ਵਿਆਹ ਦੀ ਰਸਮ ਬਾਰੇ
- ਤੁਸੀਂ ਕੀ ਪਸੰਦ ਕੀਤਾ ਅਤੇ ਕਿਉਂ
- ਤੁਸੀਂ ਕੀ ਪਸੰਦ ਨਹੀਂ ਕੀਤਾ ਅਤੇ ਕਿਉਂ ਨਹੀਂ

ਪੰਜਾਬੀ ਵਿੱਚ ਲਗਭਗ 90 ਸ਼ਬਦ ਲਿਖੋ। ਚਾਰੇ ਗੱਲਾਂ ਬਾਰੇ ਕੁਝ ਲਿਖੋ। (F/H)

H.W

5. ਤੁਸੀਂ ਆਪਣੇ ਮਿੱਤਰ/ਆਪਣੀ ਸਹੇਲੀ ਨੂੰ ਆਪਣੇ ਵਿਆਹ ਦੀ ਯੋਜਨਾ ਬਾਰੇ ਲਿਖਦੇ ਹੋ। ਤੁਸੀਂ ਹੇਠ-ਲਿਖੀਆਂ ਗੱਲਾਂ ਬਾਰੇ ਲਿਖ ਸਕਦੇ ਹੋ: (16 marks) - 1 page

- ਤੁਹਾਡੇ ਆਪਣੇ ਵਿਆਹ ਬਾਰੇ ਵਿਚਾਰ - Veiws
- ਵਿਆਹ ਦੀ ਪਾਰਟੀ
- ਖਾਣੇ ਬਾਰੇ
- ਮਾਤਾ/ਪਿਤਾ ਦਾ ਰੋਲ

ਪੰਜਾਬੀ ਵਿੱਚ ਲਗਭਗ 90 ਸ਼ਬਦ ਲਿਖੋ। ਚਾਰੇ ਗੱਲਾਂ ਬਾਰੇ ਕੁਝ ਲਿਖੋ। (F/H)

love marriage arrange marriage

H.W 6. **ਤੁਸੀਂ ਪੰਜਾਬੀ ਅਖ਼ਬਾਰ ਲਈ ਇੱਕ ਪੰਜਾਬੀ ਵਿੱਚ ਆਰਟੀਕਲ ਲਿਖ ਰਹੇ ਹੋ। ਲਿਖੋ :** (32 marks)

- ਪਿਆਰ-ਵਿਆਹ ਅਤੇ ਵਿਉਂਤਬੰਦੀ-ਵਿਆਹ ਬਾਰੇ ਤੁਹਾਡੇ ਵਿਚਾਰ
- ਵਿਆਹ ਤੋਂ ਬਗ਼ੈਰ ਇਕੱਠੇ ਰਹਿਣਾ

→ 150 words

ਪੰਜਾਬੀ ਵਿੱਚ ਲਗਭਗ 150 ਸ਼ਬਦ ਲਿਖੋ। ਦੋਨੋਂ ਭਾਗਾਂ ਬਾਰੇ ਲਿਖੋ। (H)

7. **ਤੁਸੀਂ ਆਪਣੇ ਸਕੂਲ ਦੇ ਰਸਾਲੇ ਲਈ ਇੱਕ ਲੇਖ ਲਿਖਦੇ ਹੋ। ਲਿਖੋ :**

- ਪੰਜਾਬੀ ਵਿਆਹਾਂ ਵਿੱਚ ਤਲਾਕ ਬਾਰੇ
- ਪੰਜਾਬੀ ਵਿਆਹਾਂ ਵਿੱਚ ਸੁਧਾਰ ਲਿਆਉਣ ਬਾਰੇ

ਪੰਜਾਬੀ ਵਿੱਚ ਲਗਭਗ 150 ਸ਼ਬਦ ਲਿਖੋ। ਦੋਨੋਂ ਭਾਗਾਂ ਬਾਰੇ ਲਿਖੋ। (H)

H.W 8. **Translate the following passage into Panjabi.**

It was my elder brother's marriage last Sunday. Everybody wore beautiful clothes and looked pretty. The marriage ceremony took place at the local Gurdwara. Then we went to a hall where we had lunch. The DJ played interesting Panjabi songs and we all enjoyed dancing. We had a vegetarian lunch. (H)

Vocabulary :

Q 2 :	ਵਿਆਹ	— marriage	ਚਾਹ ਪਾਣੀ	— refreshment
	ਕੁੜਮਾਈ/ਮੰਗਣੀ	— engagement	ਸੌਹਰੇ	— inlaws
	ਫੇਰੇ	— going around the holy book by the bride and bridegroom		
Q 3 :	married	— ਵਿਆਹਿਆ ਹੋਇਆ	yet	— ਅਜੇ ਤਕ
	at least	— ਘੱਟ ਤੋਂ ਘੱਟ		
Q 4 :	ਰਸਮ	— ceremony	ਪਸੰਦ ਕੀਤਾ	— liked
Q 5 :	ਵਿਚਾਰ	— views	ਮਾਤਾ/ਪਿਤਾ	— mother/father
Q 6 :	ਅਖ਼ਬਾਰ	— newspaper	ਪਿਆਰ ਵਿਆਹ	— love marriage
	ਵਿਉਂਤਬੰਦੀ-ਵਿਆਹ	— arranged marriage		
	ਇਕੱਠੇ ਰਹਿਣਾ	— living together	ਬਗ਼ੈਰ	— without

Q 7:	ਤਲਾਕ	— divorce	ਸੁਧਾਰ	— improvement	
Q 8:	elder brother	— ਵੱਡਾ ਭਰਾ	everybody	— ਹਰੇਕ	
	beautiful clothes	— ਸੋਹਣੇ ਕੱਪੜੇ	wore	— ਪਹਿਣੇ	
	looked pretty	— ਸੋਹਣੇ ਦਿਸਦੇ ਸੀ	marriage ceremony	— ਵਿਆਹ ਦੀ ਰਸਮ	
	local	— ਸਥਾਨਕ	interesting	— ਦਿਲਚਸਪ	
	vegetarian	— ਵੈਸ਼ਨੋ	lunch	— ਦੁਪਹਿਰ ਦਾ ਖਾਣਾ	

ਸੁਲਾਹ - [illegible] [illegible] -
compromise.

Topic 2 : Technology in everyday life

- **Social media**
- **Mobile technology**

1. ਤੁਸੀਂ ਇਹ ਤਸਵੀਰ ਦੇਖਦੇ ਹੋ।

ਤੁਸੀਂ ਇਸ ਤਸਵੀਰ ਵਿੱਚ ਕੀ ਦੇਖਦੇ ਹੋ ? ਪੰਜਾਬੀ ਵਿੱਚ ਚਾਰ ਵਾਕ ਲਿਖੋ।

1. ....

2. ....

3. ....

4. .... (F)

2. ਤੁਸੀਂ ਆਪਣੇ ਮਿੱਤਰ/ਆਪਣੀ ਸਹੇਲੀ ਨੂੰ ਸੋਸ਼ਲ ਮੀਡੀਆ ਅਤੇ ਮੋਬਾਈਲ ਟੈਕਨਾਲੋਜੀ ਬਾਰੇ ਈ-ਮੇਲ ਕਰਦੇ ਹੋ ? ਲਿਖੋ :

- ਫੇਸਬੁੱਕ 'ਤੇ ਕੀ ਕਰਦੇ ਹੋ – views, relative, Similar thought, bussiness- new co
- ਇੰਟਰਨੈੱਟ ਕਦੋਂ ਵਰਤਦੇ ਹੋ – information, views, news, study
- ਮੋਬਾਈਲ ਫੋਨ ਕਦੋਂ ਵਰਤਦੇ ਹੋ – ↑ , emergency, unsafe, video
- ਟਵਿੱਟਰ 'ਤੇ ਕੀ ਕਰਦੇ ਹੋ • views, ਗੱਲ ਬਾਤ, different country's news, similar thougnts

ਲਗਭਗ 40 ਸ਼ਬਦ ਪੰਜਾਬੀ ਵਿੱਚ ਲਿਖੋ। (F)

3. Translate the following sentences into Panjabi.

1. I have a new computer in my bedroom.

   ....

2. Sometimes I play games on the computer.

   ....

3. Often I use my computer to do my homework.

   ....

4. My father bought me a new mobile phone last week.

   ....

5. I talk to my friend on the mobile phone.

   ....

6. I use my telephone only in an emergency.

   ....

7. I use the internet to get more information.

   ....

8. I like sending e-mails to my friends.

   ....

4. ਤੁਸੀਂ ਆਪਣੇ ਮਿੱਤਰ/ਆਪਣੀ ਸਹੇਲੀ ਨੂੰ ਸੋਸ਼ਲ ਮੀਡੀਆ ਅਤੇ ਮੋਬਾਈਲ ਟੈਕਨੌਲੋਜੀ ਬਾਰੇ ਲਿਖ ਰਹੇ ਹੋ।
   ਲਿਖੋ ਕਿ : *mobile, laptod, I-pad, computer, TV* *bussiness video call*

   • ਸੋਸ਼ਲ ਮੀਡੀਆ ਦੇ ਵੱਖ-ਵੱਖ ਢੰਗ ਕਿਹੜੇ ਹਨ – *Use of social media, message,*

   mers • ਸੋਸ਼ਲ ਮੀਡੀਆ ਦੀ ਵਰਤੋਂ ਕਿਸ ਤਰ੍ਹਾਂ ਕੀਤੀ ਜਾਂਦੀ ਹੈ –

   erencing • ਸੋਸ਼ਲ ਮੀਡੀਆ ਦੇ ਕੀ ਨੁਕਸਾਨ ਹਨ – *disadvantage -physical and mendal health*

   • ਮੋਬਾਈਲ ਫੋਨ ਦੀ ਕਦੋਂ ਅਤੇ ਕਿਵੇਂ ਵਰਤੋਂ ਕਰਨੀ ਚਾਹੀਦੀ ਹੈ – *unsafe*

   ਪੰਜਾਬੀ ਵਿੱਚ ਲਗਭਗ 90 ਸ਼ਬਦ ਲਿਖੋ। ਚਾਰੇ ਗੱਲਾਂ ਬਾਰੇ ਕੁਝ ਲਿਖੋ।   (F/H)

ਚੋ ਤੇਰਾਂ - Rays

5. H.W ਤੁਸੀਂ ਇੱਕ ਪੰਜਾਬੀ ਅਖ਼ਬਾਰ ਲਈ ਨਵੀਂ ਟੈਕਨੌਲੋਜੀ ਬਾਰੇ ਇੱਕ ਲੇਖ ਲਿਖਦੇ ਹੋ। ਹੇਠ-ਲਿਖੀਆਂ ਗੱਲਾਂ ਬਾਰੇ ਲਿਖੋ :

- ਨਵੀਂ ਟੈਕਨੌਲੋਜੀ ਦੇ ਲਾਭ ਅਤੇ ਹਾਨੀਆਂ

- ਆਉਣ ਵਾਲੇ ਸਮੇਂ ਵਿੱਚ ਟੈਕਨੌਲੋਜੀ ਅਤੇ ਮੀਡੀਏ ਦਾ ਰੋਲ *dependent, big role,*

ਪੰਜਾਬੀ ਵਿੱਚ ਲਗਭਗ 150 ਸ਼ਬਦ ਲਿਖੋ। ਦੋਨਾਂ ਭਾਗਾਂ ਬਾਰੇ ਲਿਖੋ। *nabit*   (H)

6. H.W **Translate the following passage into Panjabi.**

I do my homework on the computer. My computer is old and I want to change it. My father promised me to buy a new computer for me during Christmas holidays when the prices are reduced. I will also look on the internet for a cheap but good computer.   (H)

Vocabulary :

Q 3 :	sometimes	— ਕਦੇ ਕਦੇ	homework	—	ਘਰ ਦਾ ਕੰਮ/ਸਕੂਲ ਦਾ
	last week	— ਪਿਛਲੇ ਹਫ਼ਤੇ			ਘਰ ਕਰਨ ਲਈ ਕੰਮ
	information	— ਜਾਣਕਾਰੀ	emergency	—	ਸੰਕਟ/ਔਕੜ/ਔਖਾ
					ਸਮਾਂ
Q 4 :	ਵੱਖ ਵੱਖ	— different	ਢੰਗ	—	methods
	ਵਰਤੋਂ	— use	ਨੁਕਸਾਨ	—	disadvantage
Q 5 :	ਲਾਭ	— advanages	ਹਾਨੀਆਂ	—	disadvantages
	ਆਉਣ ਵਾਲੇ ਸਮੇਂ	— in future			
Q 6 :	old	— ਪੁਰਾਣਾ	change	—	ਬਦਲਣਾ
	holidays	— ਛੁੱਟੀਆਂ	promised	—	ਪੂਣ ਕਰਨਾ/ਵਚਨ ਦੇਣਾ
	prices	— ਕੀਮਤਾਂ	reduced	—	ਘਟੀਆਂ
	cheap	— ਸਸਤਾ			

Topic 3 : Free-time activities

- **Music**

1. ਤੁਹਾਡਾ ਮਿੱਤਰ/ਤੁਹਾਡੀ ਸਹੇਲੀ ਤੁਹਾਨੂੰ ਇਹ ਤਸਵੀਰ ਭੇਜਦਾ/ਭੇਜਦੀ ਹੈ।

ਤੁਸੀਂ ਇਸ ਤਸਵੀਰ ਵਿੱਚ ਕੀ ਦੇਖਦੇ ਹੋ ? ਪੰਜਾਬੀ ਵਿੱਚ ਚਾਰ ਗੱਲਾਂ ਲਿਖੋ।

1. marriage
2. dancing
3. enjoying
4. .... (F)

H·W

2. ਆਪਣੇ ਮਿੱਤਰ/ਆਪਣੀ ਸਹੇਲੀ ਨੂੰ ਹੇਠ-ਲਿਖੀਆਂ ਗੱਲਾਂ ਬਾਰੇ ਇੱਕ ਈ-ਮੇਲ ਲਿਖੋ :

- ਤੁਸੀਂ ਕਿਸ ਤਰ੍ਹਾਂ ਦਾ ਗੀਤ-ਸੰਗੀਤ ਪਸੰਦ ਕਰਦੇ ਹੋ –
- ਟੈਲੀਵਿਜ਼ਨ 'ਤੇ ਕਿਸ ਤਰ੍ਹਾਂ ਦੇ ਪ੍ਰੋਗਰਾਮ ਦੇਖਦੇ ਹੋ
- ਕਿਹੜੀ ਫ਼ਿਲਮ ਦੇਖੀ ਅਤੇ ਕਿੱਥੇ ਦੇਖੀ ਸੀ
- ਟਵਿੱਟਰ 'ਤੇ ਕੀ ਕਰਦੇ ਹੋ – views , same thought person.

ਚਾਰੇ ਗੱਲਾਂ ਬਾਰੇ ਪੰਜਾਬੀ ਵਿੱਚ ਲਗਭਗ 40 ਸ਼ਬਦ ਲਿਖੋ। (F)

- **Sport**

3. ਤੁਹਾਡੀ ਚਾਚੀ ਜੀ ਤੁਹਾਨੂੰ ਵਾਟਸਐੱਪ 'ਤੇ ਇਹ ਤਸਵੀਰ ਭੇਜਦੀ ਹੈ।

ਇਸ ਵਿੱਚ ਤੁਸੀਂ ਕੀ ਦੇਖਦੇ ਹੋ ? ਪੰਜਾਬੀ ਵਿੱਚ ਚਾਰ ਵਾਕ ਲਿਖੋ।

1. Kids are playing in the ~~school~~ park.
2. They are playin football.
3. . walk, football
4. Match. (F)

4. ਆਪਣੇ ਮਿੱਤਰ/ਸਹੇਲੀ ਨੂੰ ਇੱਕ ਈ-ਮੇਲ ਕਰੋ, ਜਿਸ ਵਿੱਚ ਤੁਸੀਂ ਹੇਠ-ਲਿਖੀਆਂ ਗੱਲਾਂ ਬਾਰੇ ਦੱਸੋ :

- ਤੁਸੀਂ ਕਿਹੜੀ ਖੇਡ ਖੇਡਦੇ ਹੋ
- ਇਹ ਖੇਡ ਤੁਸੀਂ ਕਦੋਂ ਅਤੇ ਕਿੱਥੇ ਖੇਡਦੇ ਹੋ
- ਹੋਰ ਕਿਹੜੀ ਖੇਡ ਖੇਡਦੇ ਹੋ ਅਤੇ ਕਦੋਂ ਖੇਡਦੇ ਹੋ
- ਕਿਹੜੀ ਖੇਡ ਸਭ ਤੋਂ ਵੱਧ ਪਸੰਦ ਕਰਦੇ ਹੋ ਅਤੇ ਕਿਉਂ

ਚਾਰੇ ਗੱਲਾਂ ਬਾਰੇ ਪੰਜਾਬੀ ਵਿੱਚ ਲਗਭਗ 40 ਸ਼ਬਦ ਲਿਖੋ। (F)

5. **Translate the following sentences into Panjabi.**

1. I like Panjabi songs and listen to Panjabi music in my spare time.

   ....

2. My sister is a good singer and is learning to play the harmonium in her spare time.

   ....

3. Occasionally on weekends I go to the cinema with my sister to watch a film.

   ....

4. Sometimes I go to the Gurdwara with my parents on Sunday.

   ....

5. My brother and I go to a Panjabi class every Saturday.

   ....

6. I do not have much time to watch television as I get lot of homework to do from school.

   ....

7. Occasionally our whole family go to a restaurant for a meal.

   ....

8. I like sport and play football every Saturday evening.

   .... (F)

6. ਤੁਹਾਡਾ ਮਿੱਤਰ/ਤੁਹਾਡੀ ਸਹੇਲੀ ਤੁਹਾਨੂੰ ਪੁੱਛਦਾ/ਪੁੱਛਦੀ ਹੈ ਕਿ ਤੁਸੀਂ ਆਪਣਾ ਵਿਹਲਾ ਸਮਾਂ ਕਿਸ ਤਰ੍ਹਾਂ ਗੁਜ਼ਾਰਦੇ ਹੋ। ਤੁਸੀਂ ਹੇਠ-ਲਿਖੀਆਂ ਗੱਲਾਂ ਬਾਰੇ ਲਿਖ ਸਕਦੇ ਹੋ : (16 marks)

   • ਤੁਹਾਡਾ ਮਨਪਸੰਦ ਗੀਤ-ਸੰਗੀਤ

   • ਸਿਨਮੇ ਵਿੱਚ ਕਿਸ ਤਰ੍ਹਾਂ ਦੀਆਂ ਫ਼ਿਲਮਾਂ ਦੇਖਦੇ ਹੋ ਅਤੇ ਕਿਉਂ

   • ਖੇਡਾਂ ਵਿੱਚ ਦਿਲਚਸਪੀ

   • ਬਾਹਰ ਖਾਣ ਜਾਣ ਬਾਰੇ

   } 1 page

   ਪੰਜਾਬੀ ਵਿੱਚ ਲਗਭਗ 90 ਸ਼ਬਦ ਲਿਖੋ। ਚਾਰੇ ਗੱਲਾਂ ਬਾਰੇ ਕੁਝ ਲਿਖੋ।   (F/H)

H•W – 3 weeks

7. ਆਪਣੇ ਮਿੱਤਰ/ਆਪਣੀ ਸਹੇਲੀ ਨੂੰ ਈ-ਮੇਲ ਰਾਹੀਂ ਦੱਸੋ ਕਿ ਪਿਛਲੇ ਹਫ਼ਤੇ ਤੁਸੀਂ ਆਪਣੇ ਵਿਹਲੇ ਸਮੇਂ ਵਿੱਚ ਕੀ ਕੀਤਾ ਸੀ। ਤੁਸੀਂ ਹੇਠ-ਲਿਖੀਆਂ ਗੱਲਾਂ ਬਾਰੇ ਲਿਖ ਸਕਦੇ ਹੋ :

- ਜੋ ਫ਼ਿਲਮ ਤੁਸੀਂ ਦੇਖੀ ਉਸ ਦੇ ਪਾਤਰਾਂ ਬਾਰੇ → *actress*
- ਫ਼ਿਲਮ ਦੀ ਸੰਖੇਪ ਕਹਾਣੀ → *short story.*
- ਫ਼ਿਲਮ ਬਾਰੇ ਤੁਹਾਡੀ ਰਾਏ
- ਫ਼ਿਲਮਾਂ ਦੇਖਣ ਦੇ ਲਾਭ ਅਤੇ ਹਾਨੀਆਂ – *bad influence for younger ones.*

ਪੰਜਾਬੀ ਵਿੱਚ ਲਗਭਗ 90 ਸ਼ਬਦ ਲਿਖੋ। ਚਾਰੇ ਗੱਲਾਂ ਬਾਰੇ ਕੁਝ ਲਿਖੋ। (F/H)

8. *H•W* ਤੁਸੀਂ ਆਪਣੇ ਸਕੂਲ ਦੇ ਰਸਾਲੇ ਲਈ ਇੱਕ ਲੇਖ ਲਿਖਦੇ ਹੋ। ਲਿਖੋ : *(32 marks)*

- ਆਪਣੇ ਮਨਪਸੰਦ ਗੀਤਕਾਰ ਬਾਰੇ – 75 *1 page – biography, struggle*
- ਭੰਗੜਾ ਅਤੇ ਗਿੱਧਾ ਡਾਂਸ – 75 *1 page – importance*

ਪੰਜਾਬੀ ਵਿੱਚ ਲਗਭਗ 150 ਸ਼ਬਦ ਲਿਖੋ। ਦੋਨਾਂ ਭਾਗਾਂ ਬਾਰੇ ਲਿਖੋ। (H)

9. *H•W* ਤੁਸੀਂ ਵਿਹਲੇ ਸਮੇਂ ਬਾਰੇ ਇੱਕ ਲੇਖ ਲਿਖਦੇ ਹੋ। ਤੁਸੀਂ ਹੇਠ-ਲਿਖੀਆਂ ਗੱਲਾਂ ਬਾਰੇ ਲਿਖ ਸਕਦੇ ਹੋ : *(32 marks)*

- ਟੈਲੀਵਿਜ਼ਨ ਦੇ ਲਾਭ ਅਤੇ ਹਾਨੀਆਂ 75
- ਰੈਸਟੋਰੈਂਟ ਵਿੱਚ ਖਾਣਾ – *benefit and disadv-antage* 75

ਪੰਜਾਬੀ ਵਿੱਚ ਲਗਭਗ 150 ਸ਼ਬਦ ਲਿਖੋ। ਦੋਨਾਂ ਭਾਗਾਂ ਬਾਰੇ ਲਿਖੋ। (H)

10. *H•W* ਤੁਸੀਂ ਇੱਕ ਰਸਾਲੇ ਲਈ ਵਿਹਲੇ ਸਮੇਂ ਬਾਰੇ ਇੱਕ ਆਰਟੀਕਲ ਲਿਖਦੇ ਹੋ। ਹੇਠ-ਲਿਖੀਆਂ ਗੱਲਾਂ ਬਾਰੇ ਲਿਖੋ :

- ਵਿਹਲਾ ਸਮਾਂ ਗੁਜ਼ਾਰਨ ਦੇ ਵੱਖ-ਵੱਖ ਢੰਗ 75 *enternment, game, family,*
- ਵਿਹਲਾ ਸਮਾਂ ਗੁਜ਼ਾਰਨ ਲਈ ਤੁਹਾਡੇ ਸੁਝਾਅ 75 *cleaning, historic, books.*

ਪੰਜਾਬੀ ਵਿੱਚ ਲਗਭਗ 150 ਸ਼ਬਦ ਲਿਖੋ। ਦੋਨਾਂ ਭਾਗਾਂ ਬਾਰੇ ਲਿਖੋ। (H)

help parents

11. *H•W* ਤੁਸੀਂ ਆਪਣੇ ਇੱਕ ਪੰਜਾਬੀ ਮਿੱਤਰ/ਆਪਣੀ ਪੰਜਾਬੀ ਸਹੇਲੀ ਨੂੰ ਨੌਜਵਾਨਾਂ ਦੀ ਜ਼ਿੰਦਗੀ ਬਾਰੇ ਬਲੌਗ ਲਿਖ ਰਹੇ ਹੋ। ਤੁਸੀਂ ਹੇਠ ਲਿਖੀਆਂ ਗੱਲਾਂ ਬਾਰੇ ਲਿਖ ਸਕਦੇ ਹੋ : *(32 marks)*

exercise language, game

- ਕੋਈ ਦਿਲਚਸਪ ਚੀਜ਼ ਜੋ ਤੁਸੀਂ ਕੁਝ ਸਮਾਂ ਪਹਿਲਾਂ ਕੀਤੀ – 75 *now did it help*
- ਤੁਸੀਂ ਆਪਣੇ ਆਪ ਨੂੰ ਖ਼ੁਸ਼, ਫਿੱਟ ਅਤੇ ਤੰਦਰੁਸਤ ਰਹਿਣ ਲਈ ਕੀ ਕਰਦੇ ਹੋ? 75 – *health*

ਪੰਜਾਬੀ ਵਿੱਚ ਲਗਭਗ 150 ਸ਼ਬਦ ਲਿਖੋ। ਦੋਨਾਂ ਭਾਗਾਂ ਬਾਰੇ ਲਿਖੋ। *discription* (H)

12. Translate the following passage into Panjabi.

I like Indian music. When free I often listen to Panjabi songs on the radio. Last Sunday, I went to a concert where Gurdas Mann sang Panjabi songs. He is a very good singer and can sing continuously for a very long time. There was a big crowd of people who came to listen to Gurdas Mann. (H)

13. Translate the following passage into Panjabi.

After our Panjabi lesson at the Gurdwara my friend Taran and I play football every Saturday in the evening. Last week after winning our football match we went to a restaurant for a meal. We had Panjabi food which was very tasty. Although slightly costly the quality of food was very good. (H)

Vocabulary :

Q 5 :	listen	— ਸੁਣਦਾ/ਸੁਣਦੀ	spare time	— ਫ਼ਾਲਤੂ/ਵਿਹਲਾ ਸਮਾਂ
	singer	— ਗਾਇਕ	occasionally	— ਕਦੇ ਕਦੇ
	weekends	— ਸਨਿੱਚਰਵਾਰ/ਐਤਵਾਰ	sometimes	— ਕਦੇ ਕਦੇ
	parents	— ਮਾਤਾ/ਪਿਤਾ	meal	— ਖਾਣਾ
	sport	— ਖੇਡਾਂ		
Q 6 :	ਮਨਪਸੰਦ	— favourite	ਗੀਤ-ਸੰਗੀਤ	— music
	ਦਿਲਚਸਪੀ	— interest	ਬਾਹਰ ਖਾਣਾ	— eating out
Q 7 :	ਪਾਤਰ	— actors	ਸੰਖੇਪ	— brief
	ਕਹਾਣੀ	— story	ਤੁਹਾਡੀ ਰਾਏ	— your opinion
Q 8 :	ਗੀਤਕਾਰ	— singer	ਗਿੱਧਾ	— ladies dance
Q 10 :	ਵਿਹਲਾ ਸਮਾਂ	— free time	ਗੁਜ਼ਾਰਨ	— spend
	ਵੱਖ ਵੱਖ ਢੰਗ	— different ways	ਸੁਝਾਅ	— suggestions
Q 11 :	ਦਿਲਚਸਪ	— interesting	ਕੁਝ ਸਮਾਂ ਪਹਿਲਾਂ	— sometime ago
	ਖ਼ੁਸ਼	— happy	ਤੰਦਰੁਸਤ	— healthy
Q 12 :	often	— ਆਮ ਤੌਰ 'ਤੇ/ਅਕਸਰ	sang	— ਗਾਏ
	songs	— ਗਾਣੇ	singer	— ਗਾਇਕ/ਗਾਇਕਾ
	continuously	— ਲਗਾਤਾਰ	crowd	— ਭੀੜ
Q 13 :	after winning	— ਜਿੱਤਣ ਤੋਂ ਬਾਅਦ	tasty	— ਸੁਆਦ
	although	— ਭਾਵੇਂ	slightly	— ਥੋੜ੍ਹਾ/ਥੋੜ੍ਹੀ
	quality	— ਗੁਣ, ਕਿਸਮ		

Topic 4 : Customs and festivals in Panjabi-speaking countries/ communites

ਪੰਜਾਬੀ ਭਾਸ਼ਾ ਬੋਲਣ ਵਾਲੇ ਦੇਸ਼ਾਂ/ਭਾਈਚਾਰੇ ਵਿੱਚ ਰੀਤੀ-ਰਿਵਾਜ ਅਤੇ ਤਿਉਹਾਰ

1. ਤੁਹਾਨੂੰ ਤੁਹਾਡਾ ਮਿੱਤਰ/ਤੁਹਾਡੀ ਸਹੇਲੀ ਇਹ ਤਸਵੀਰ ਈ-ਮੇਲ ਕਰਦਾ/ਕਰਦੀ ਹੈ।

Girls weding Suhag. Boys weding- Kodia.

• Ma

ਇਸ ਤਸਵੀਰ ਵਿੱਚ ਤੁਸੀਂ ਕੀ ਦੇਖਦੇ ਹੋ ? ਪੰਜਾਬੀ ਵਿੱਚ ਚਾਰ ਗੱਲਾਂ ਲਿਖੋ।

1. Marriage Cermeony
2. Jago Cermony
3. Nice clothes,
4. Dancing on - Expressing happines (F)

H.W 10 January 2021

2. ਆਪਣੇ ਮਿੱਤਰ/ਆਪਣੀ ਸਹੇਲੀ ਨੂੰ ਆਪਣੇ ਸ਼ਹਿਰ ਦੀ ਵਿਸਾਖੀ ਦੇ ਪ੍ਰੋਗਰਾਮ ਬਾਰੇ ਈ-ਮੇਲ ਲਿਖੋ :

- ਪ੍ਰੋਗਰਾਮ ਕਦੋਂ ਸ਼ੁਰੂ ਹੋਇਆ
- ਇਸ ਦਾ ਪ੍ਰਬੰਧ ਕਿਸ ਨੇ ਕੀਤਾ
- ਲੋਕ
- ਖਾਣਾ-ਪੀਣਾ

ਪੰਜਾਬੀ ਵਿੱਚ ਲਗਭਗ 40 ਸ਼ਬਦ ਲਿਖੋ। (F)

3. ਤੁਹਾਡੀ ਮਾਮੀ ਜੀ ਤੁਹਾਨੂੰ ਇਹ ਤਸਵੀਰ ਈ-ਮੇਲ 'ਤੇ ਭੇਜਦੀ ਹੈ।

ਇਸ ਤਸਵੀਰ ਵਿੱਚ ਤੁਸੀਂ ਕੀ ਦੇਖਦੇ ਹੋ ? ਪੰਜਾਬੀ ਵਿੱਚ ਚਾਰ ਵਾਕ ਲਿਖੋ।

1. ....

2. ....

3. ....

4. .... (F)

4. ਤੁਸੀਂ ਆਪਣੇ ਚਾਚਾ ਜੀ/ਚਾਚੀ ਜੀ ਨੂੰ ਆਪਣੇ ਜਨਮ ਦਿਨ ਬਾਰੇ ਈ-ਮੇਲ ਭੇਜਦੇ ਹੋ। ਲਿਖੋ ਕਿ :

- ਪਾਰਟੀ ਕਿੱਥੇ ਹੈ

- ਪਾਰਟੀ ਕਦੋਂ ਹੈ

- ਖਾਣੇ ਬਾਰੇ

- ਗੀਤ-ਸੰਗੀਤ

ਪੰਜਾਬੀ ਵਿੱਚ ਲਗਭਗ 40 ਸ਼ਬਦ ਲਿਖੋ।   (F)

5. Translate the following sentences into Panjabi.

1. It was my birthday last Monday.

   ....

2. My sister's birthday will be on next Saturday.

   ....

3. We usually celebrate birthdays at home.

   ....

4. My grandfather will be 80 years old next month.

   ....

5. We are planning to have a meal together in the restaurant.

   ....

6. We celebrate vaisakhi, diwali, lohri, rakhi, gurpurb and many other festivals.

   ....

7. Last Sunday I went to see the vaisakhi festival with my parents.

   ....

8. There were thousands of people who came to attend this festival.

   ....

9. Panjabi people celebrate different festivals in many different ways.

   ....

10. Panjabis celebrate their festivals in almost all countries where they live.

   ....

11. My father bought me a new computer on my birthday.

   ....

12. My sister wants a new mobile telephone on her birthday.

   ....

13. A large number of people go to Amritsar to celebrate Diwali.

   .... (F)

H.W 17 January 2021

6. ਤੁਸੀਂ ਆਪਣੇ ਮਿੱਤਰ/ਆਪਣੀ ਸਹੇਲੀ ਦੇ ਜਨਮ ਦਿਨ 'ਤੇ ਹੋ। ਆਪਣੇ ਮਾਤਾ-ਪਿਤਾ ਜੀ ਨੂੰ ਇਸ ਬਾਰੇ ਇੱਕ ਈ-ਮੇਲ ਲਿਖੋ :

- ਪਾਰਟੀ ਕਦੋਂ ਅਤੇ ਕਿੱਥੇ ਹੋਈ
- ਪਾਰਟੀ ਵਿੱਚ ਕੀ ਕੀ ਹੋਇਆ
- ਇਸ ਪਾਰਟੀ ਵਿੱਚ ਤੁਹਾਨੂੰ ਕੀ ਚੰਗਾ ਲੱਗਿਆ ਅਤੇ ਕਿਉਂ
- ਤੁਹਾਨੂੰ ਕੀ ਚੰਗਾ ਨਹੀਂ ਲੱਗਿਆ ਅਤੇ ਕਿਉਂ

ਪੰਜਾਬੀ ਵਿੱਚ ਲਗਭਗ 90 ਸ਼ਬਦ ਲਿਖੋ। ਹਰ ਭਾਗ ਬਾਰੇ ਕੁਝ ਲਿਖੋ। (F/H)

H.W 24 January 2021

7. ਤੁਸੀਂ ਆਪਣੇ ਸ਼ਹਿਰ ਵਿੱਚ ਵਿਸਾਖੀ ਦਾ ਨਗਰ ਕੀਰਤਨ ਦੇਖ ਕੇ ਆਏ ਹੋ। ਇਸ ਬਾਰੇ ਆਪਣੇ ਮਿੱਤਰ/ਆਪਣੀ ਸਹੇਲੀ ਨੂੰ ਇੱਕ ਈ-ਮੇਲ ਲਿਖੋ :

- ਨਗਰ ਕੀਰਤਨ ਕਦੋਂ ਅਤੇ ਕਿੱਥੋਂ ਸ਼ੁਰੂ ਹੋਇਆ
- ਨਗਰ ਕੀਰਤਨ ਦਾ ਆਮ ਟ੍ਰੈਫ਼ਿਕ 'ਤੇ ਅਸਰ
- ਲੋਕਾਂ ਦੀ ਸੰਖਿਆ
- ਨਗਰ ਕੀਰਤਨ ਬਾਰੇ ਤੁਹਾਡੀ ਰਾਏ

ਪੰਜਾਬੀ ਵਿੱਚ ਲਗਭਗ 90 ਸ਼ਬਦ ਲਿਖੋ। ਹਰ ਭਾਗ ਬਾਰੇ ਕੁਝ ਲਿਖੋ। (F/H)

8. ਤੁਸੀਂ ਗੁਰੂ ਨਾਨਕ ਦੇਵ ਜੀ ਦੇ ਜਨਮ ਦਿਨ ਦੇ ਗੁਰਪੁਰਬ 'ਤੇ ਗੁਰਦੁਆਰੇ ਗਏ ਸੀ। ਇਸ ਬਾਰੇ ਆਪਣੇ ਮਿੱਤਰ/ ਆਪਣੀ ਸਹੇਲੀ ਨੂੰ ਈ-ਮੇਲ ਲਿਖੋ :

- ਗੁਰਦੁਆਰੇ ਜਾ ਕੇ ਤੁਸੀਂ ਪਹਿਲਾਂ ਕੀ ਕੀਤਾ ਸੀ
- ਕੀਰਤਨ ਬਾਰੇ
- ਲੰਗਰ ਬਾਰੇ
- ਤੁਸੀਂ ਕੀ ਪਸੰਦ ਕੀਤਾ ਅਤੇ ਕਿਉਂ

ਪੰਜਾਬੀ ਵਿੱਚ ਲਗਭਗ 90 ਸ਼ਬਦ ਲਿਖੋ। ਹਰ ਭਾਗ ਬਾਰੇ ਕੁਝ ਲਿਖੋ। (F/H)

H.W 24 January 2021

9. ਤੁਸੀਂ ਆਪਣੇ ਸਕੂਲ ਦੇ ਰਸਾਲੇ ਲਈ ਇੱਕ ਆਰਟੀਕਲ ਲਿਖਦੇ ਹੋ। ਤੁਸੀਂ ਹੇਠ-ਲਿਖੀਆਂ ਗੱਲਾਂ ਬਾਰੇ ਲਿਖ ਸਕਦੇ ਹੋ : dosshara lohri, rakhdi, diwali, Holi, gurpurab, Makar-Sakrandi, Sagrand

- ਪੰਜਾਬੀ ਲੋਕਾਂ ਦੇ ਵੱਖ-ਵੱਖ ਤਿਉਹਾਰ
- ਤਿਉਹਾਰ ਕਿਉਂ ਮਨਾਉਣੇ ਚਾਹੀਦੇ ਹਨ • culture, history, relatives.

ਪੰਜਾਬੀ ਵਿੱਚ ਲਗਭਗ 150 ਸ਼ਬਦ ਲਿਖੋ। ਦੋਨਾਂ ਭਾਗਾਂ ਬਾਰੇ ਲਿਖੋ। (H)

H.W 31 January 2021

10. ਜਿਸ ਤਿਉਹਾਰ ਵਿੱਚ ਤੁਸੀਂ ਹਿੱਸਾ ਲਿਆ ਸੀ, ਉਸ ਬਾਰੇ ਤੁਸੀਂ ਇੱਕ ਪੰਜਾਬੀ ਅਖ਼ਬਾਰ ਲਈ ਇੱਕ ਆਰਟੀਕਲ ਲਿਖਦੇ ਹੋ। ਤੁਸੀਂ ਹੇਠ-ਲਿਖੀਆਂ ਗੱਲਾਂ ਬਾਰੇ ਲਿਖ ਸਕਦੇ ਹੋ। (32 marks)

- ਉਸ ਤਿਉਹਾਰ ਬਾਰੇ ਜਿਸ ਵਿੱਚ ਤੁਸੀਂ ਆਪ ਸ਼ਾਮਲ ਹੋਏ ਸੀ diwali - detail - how, why, what
- ਇਸ ਵਿੱਚ ਤੁਸੀਂ ਕੀ ਪਸੰਦ ਕੀਤਾ ਅਤੇ ਕਿਉਂ। ਕੀ ਪਸੰਦ ਨਹੀਂ ਕੀਤਾ ਅਤੇ ਕਿਉਂ 5 - pollution - wastage of money - noise - Animals

ਪੰਜਾਬੀ ਵਿੱਚ ਲਗਭਗ 150 ਸ਼ਬਦ ਲਿਖੋ। ਦੋਨਾਂ ਭਾਗਾਂ ਬਾਰੇ ਲਿਖੋ। (H)

11. Translate the following passage into Panjabi.

Last year we celebrated my sister's birthday at home. We invited our very close relations and friends to the party. There was a big crowd of people. My mother and sister had prepared Panjabi food for everybody. After food we all enjoyed Panjabi music and dancing. My sister got lots of presents from friends and relatives. Her favourite present was a new computer which our parents had bought for her. Next year my birthday will also be celebrated in the same way. (H)

Vocabulary :

Q 1 :	ਭਾਸ਼ਾ	— language	ਦੇਸਾਂ	— countries
	ਭਾਈਚਾਰਾ	— community	ਰੀਤੀ-ਰਿਵਾਜ	— customs
	ਤਿਉਹਾਰ	— festivals		
Q 2 :	ਲੋਕ	— people	ਸ਼ੁਰੂ ਹੋਇਆ	— started
	ਪ੍ਰਬੰਧ ਕੀਤਾ	— organised		
Q 5 :	birthday	— ਜਨਮ ਦਿਨ	next	— ਅਗਲੇ
	usually	— ਆਮ ਤੌਰ 'ਤੇ	celebrate	— ਮਨਾਉਣਾ
	grandfather	— ਬਾਬਾ ਜੀ/ਦਾਦਾ ਜੀ	together	— ਇਕੱਠੇ
	planning	— ਯੋਜਨਾ	different ways	— ਵੱਖਰੇ ਢੰਗ
	thousands	— ਹਜ਼ਾਰਾਂ	almost	— ਲਗਭਗ
Q 7 :	ਆਮ	— general	ਅਸਰ	— effect
	ਸੰਖਿਆ	— number		
Q 8 :	ਲੰਗਰ ਬਾਰੇ	— about food		
Q 10 :	ਸ਼ਾਮਲ ਹੋਏ	— joined		
Q 11 :	invited	— ਸੱਦੇ ਸੀ	close	— ਨਜ਼ਦੀਕੀ/ਨੇੜਲੇ
	relations	— ਰਿਸ਼ਤੇਦਾਰ	crowd	— ਭੀੜ
	prepared	— ਤਿਆਰ ਕੀਤਾ	everybody	— ਹਰੇਕ
	enjoyed	— ਅਨੰਦ ਮਾਣਿਆ	presents	— ਤੋਹਫ਼ੇ
	favourite	— ਮਨਪਸੰਦ	bought	— ਖ਼ਰੀਦਿਆ
	same way	— ਇਸੇ ਤਰ੍ਹਾਂ		

CHAPTER 2

Theme 2 : Local, national, international and global areas of interest

Topic 1 : Home, town, neighbourhood and region

1. ਤੁਹਾਡੇ ਚਾਚਾ ਜੀ ਤੁਹਾਨੂੰ ਆਪਣੇ ਘਰ ਦੀ ਇਹ ਤਸਵੀਰ ਭੇਜਦੇ ਹਨ।

ਇਸ ਤਸਵੀਰ ਵਿੱਚ ਤੁਸੀਂ ਕੀ ਦੇਖਦੇ ਹੋ ? ਚਾਰ ਵਾਕ ਪੰਜਾਬੀ ਵਿੱਚ ਲਿਖੋ।

1. • Two cars • Old time
2. • A big house ◦ 1
3. • a big business man
4. • Summer weather (F)

2. ਆਪਣੇ ਮਿੱਤਰ/ਆਪਣੀ ਸਹੇਲੀ ਨੂੰ ਆਪਣੇ ਘਰ ਬਾਰੇ ਲਿਖੋ। ਤੁਸੀਂ ਹੇਠ-ਲਿਖੀਆਂ ਗੱਲਾਂ ਬਾਰੇ ਲਿਖ ਸਕਦੇ ਹੋ :

- ਘਰ ਦਾ ਪੂਰਾ ਪਤਾ
- ਘਰ ਬਾਰੇ ਜਾਣਕਾਰੀ
- ਘਰ ਵਿੱਚ ਕੀ ਪਸੰਦ ਕਰਦੇ ਹੋ
- ਕੀ ਪਸੰਦ ਨਹੀਂ ਕਰਦੇ

ਲਗਭਗ 40 ਸ਼ਬਦ ਪੰਜਾਬੀ ਵਿੱਚ ਲਿਖੋ। (F)

3. Translate the following sentences into Panjabi.

1. Our house is big but the kitchen is small.

   ....

2. I like my house because it is near our school.

   ....

3. It is in a nice area and the neighbourhood is good.

   ....

4. My house has four bedrooms and two bathrooms. — gusa hamer

   ....

5. The front garden is small but the back garden is big.

   ....

6. Our city is beautiful.

   ....

7. There are lots of shops and restaurants in our city.

   ....

8. Our neighbourhood is also very good.

   ....

9. People of different communities live together peacefully.

   ....

10. There is a sports centre in our area where people can play games and do exercise.

    ....

11. Some people do not care about their neighbourhood.

    ....

12. There are a lot of good places for visitors to see in our city.

    .... (F)

40

Circle time Monica

area –

4. ਆਪਣੇ ਮਿੱਤਰ/ਆਪਣੀ ਸਹੇਲੀ ਨੂੰ ਆਪਣੇ ਘਰ ਅਤੇ ਇਲਾਕੇ ਬਾਰੇ ਈ-ਮੇਲ ਲਿਖੋ, ਜਿਸ ਵਿੱਚ ਤੁਸੀਂ ਹੇਠ-ਲਿਖੀਆਂ ਗੱਲਾਂ ਬਾਰੇ ਲਿਖ ਸਕਦੇ ਹੋ :

ਚੀਜ਼ਰੇ

- ਤੁਹਾਡਾ ਘਰ ਕਿਸ ਇਲਾਕੇ ਵਿੱਚ ਹੈ

- ਇਸ ਇਲਾਕੇ ਬਾਰੇ ਤੁਹਾਡੀ ਰਾਏ - opinion - like dislike. Beautiful, community old people facilities

- ਇਸ ਇਲਾਕੇ ਵਿੱਚ ਬਜ਼ੁਰਗਾਂ ਲਈ ਸਹੂਲਤਾਂ - Park, carehome, NHS, community center shops

- ਇਲਾਕੇ ਵਿੱਚ ਕੋਈ ਖ਼ਾਸ ਵੇਖਣ ਯੋਗ ਥਾਂ worth place - make this - any tourist place.

ਪੰਜਾਬੀ ਵਿੱਚ ਲਗਭਗ 90 ਸ਼ਬਦ ਲਿਖੋ। ਚਾਰੇ ਭਾਗਾਂ ਬਾਰੇ ਕੁਝ ਲਿਖੋ।   (F/H)

H·W   7 february 2021

5. ਤੁਸੀਂ ਆਪਣੇ ਸਕੂਲ ਦੇ ਰਸਾਲੇ ਲਈ ਆਪਣੇ ਸ਼ਹਿਰ ਬਾਰੇ ਇੱਕ ਲੇਖ ਲਿਖਦੇ ਹੋ। ਤੁਸੀਂ ਹੇਠ-ਲਿਖੀਆਂ ਗੱਲਾਂ ਬਾਰੇ ਲਿਖ ਸਕਦੇ ਹੋ :

- ਤੁਹਾਡਾ ਸ਼ਹਿਰ ਅਤੇ ਇਸ ਵਿੱਚ ਦੇਖਣ ਵਾਲੀਆਂ ਥਾਵਾਂ - cinema, 300 - 5 sentences — crime,

- ਤੁਹਾਡੇ ਸ਼ਹਿਰ ਬਾਰੇ ਚੰਗੀਆਂ ਅਤੇ ਮਾੜੀਆਂ ਗੱਲਾਂ • nilly area, snow, Pollution

- ਤੁਹਾਡੇ ਸ਼ਹਿਰ ਵਿੱਚ ਆਉਣ-ਜਾਣ ਦੇ ਸਾਧਨ - bus, taxi, tram, train

- ਤੁਸੀਂ ਕਿੱਥੇ ਰਹਿਣਾ ਪਸੰਦ ਕਰੋਗੇ ਅਤੇ ਕਿਉਂ - future

ਪੰਜਾਬੀ ਵਿੱਚ ਲਗਭਗ 90 ਸ਼ਬਦ ਲਿਖੋ। ਹਰ ਭਾਗ ਬਾਰੇ ਕੁਝ ਲਿਖੋ।   (F/H)

H·W 21 february 2021

6. ਤੁਸੀਂ ਪੰਜਾਬੀ ਅਖ਼ਬਾਰ ਲਈ ਆਪਣੇ ਇਲਾਕੇ ਬਾਰੇ ਇੱਕ ਲੇਖ ਲਿਖਦੇ ਹੋ। ਹੇਠ-ਲਿਖੀਆਂ ਗੱਲਾਂ ਬਾਰੇ ਲਿਖੋ :

- ਤੁਸੀਂ ਆਪਣੇ ਇਲਾਕੇ ਵਿੱਚ ਕਿਉਂ ਰਹਿਣਾ ਪਸੰਦ ਕਰਦੇ ਹੋ - 1 Page

- ਇਸ ਇਲਾਕੇ ਨੂੰ ਹੋਰ ਚੰਗਾ ਬਣਾਉਣ ਬਾਰੇ ਤੁਹਾਡੇ ਸੁਝਾਅ - 2 Page.

ਪੰਜਾਬੀ ਵਿੱਚ ਲਗਭਗ 150 ਸ਼ਬਦ ਲਿਖੋ। ਦੋਨੋਂ ਭਾਗਾਂ ਬਾਰੇ ਲਿਖੋ।   (H)

not cooperative

H·W
7. ਤੁਹਾਡੇ ਮਾਤਾ ਜੀ/ਪਿਤਾ ਜੀ ਨੇ ਇੱਕ ਨਵਾਂ ਘਰ ਖਰੀਦਿਆ ਹੈ। ਆਪਣੇ ਮਿੱਤਰ/ਆਪਣੀ ਸਹੇਲੀ ਨੂੰ ਆਪਣੇ ਨਵੇਂ ਘਰ ਬਾਰੇ ਇੱਕ ਈ-ਮੇਲ ਲਿਖੋ :

1 Page • crime, chorry • not safe,

- ਤੁਸੀਂ ਆਪਣਾ ਘਰ ਕਿਉਂ ਬਦਲਿਆ • area, small house, school, no-facilities, neigbour hood, not near the city •

- ਤੁਹਾਡੇ ਨਵੇਂ ਘਰ ਅਤੇ ਪੁਰਾਣੇ ਘਰ ਵਿੱਚ ਕੀ ਫ਼ਰਕ ਹੈ।   opposite to it. near relationship, ਆਂਢ-ਗੁਆਂਢੀ

ਪੰਜਾਬੀ ਵਿੱਚ ਲਗਭਗ 150 ਸ਼ਬਦ ਲਿਖੋ। ਦੋਨੋਂ ਭਾਗਾਂ ਬਾਰੇ ਲਿਖੋ।   ਸ੍ਰੂਲਬ   (H)

41

8. Translate the following passage into Panjabi.

I like my house because it is very big. We can park several cars in our front garden. However, the back garden is rather small. Our house has five bedrooms and two bathrooms. The neighbourhood is good and peaceful. The shopping centre is nearby and my school is not very far. There is also a sports centre in our area where there are many facilities for the youngsters. (H)

Vocabulary :

Q 2: ਪੂਰਾ ਪਤਾ — full address; ਜਾਣਕਾਰੀ — information

Q 3: kitchen — ਰਸੋਈ; but — ਪਰ
small — ਛੋਟੀ/ਛੋਟਾ; because — ਕਿਉਂਕਿ
neighbourhood — ਆਂਢ-ਗੁਆਂਢ; city — ਸ਼ਹਿਰ
beautiful — ਸੋਹਣਾ/ਸੁੰਦਰ; peacefully — ਸ਼ਾਂਤੀ ਨਾਲ
exercise — ਕਸਰਤ

Q 4: ਇਲਾਕਾ — area; ਬਜ਼ੁਰਗਾਂ — old people
ਸਹੂਲਤਾਂ — facilities; ਖ਼ਾਸ — special
ਵਰਣਨਯੋਗ ਥਾਵਾਂ — places worth mentioning

Q 5: ਦੇਖਣ ਵਾਲੀਆਂ — worth seeing; ਥਾਵਾਂ — places
ਚੰਗੀਆਂ ਗੱਲਾਂ — good things; ਮਾੜੀਆਂ — bad
ਆਣ-ਜਾਣ ਦੇ ਸਾਧਨ — means of transport

Q 6: ਸੁਝਾਅ — suggestions

Q 7: ਬਦਲਿਆ — changed; ਨਵਾਂ — new
ਪੁਰਾਣਾ — old; ਫ਼ਰਕ — difference

Q 8: however — ਫੇਰ ਵੀ; rather small — ਥੋੜ੍ਹਾ ਛੋਟਾ
bedrooms — ਸੌਣ ਵਾਲੇ ਕਮਰੇ; bathrooms — ਗੁਸਲਖ਼ਾਨੇ
neighbourhood — ਆਂਢ-ਗੁਆਂਢ; peaceful — ਸ਼ਾਂਤਮਈ
shopping centre — ਚੀਜ਼ਾਂ ਖ਼ਰੀਦਣ ਦਾ ਸੈਂਟਰ; nearby — ਨੇੜੇ
far — ਦੂਰ; sport — ਖੇਡਾਂ
where — ਜਿੱਥੇ/ਕਿੱਥੇ; facilities — ਸਹੂਲਤਾਂ
youngsters — ਛੋਟੇ ਬੱਚੇ

Topic 2 : Social issues

- **Charity/Voluntary work**
- **Healthy/unhealthy living**

1. ਤੁਹਾਡਾ ਮਿੱਤਰ/ਤੁਹਾਡੀ ਸਹੇਲੀ ਤੁਹਾਨੂੰ ਇਹ ਤਸਵੀਰ ਭੇਜਦਾ/ਭੇਜਦੀ ਹੈ।

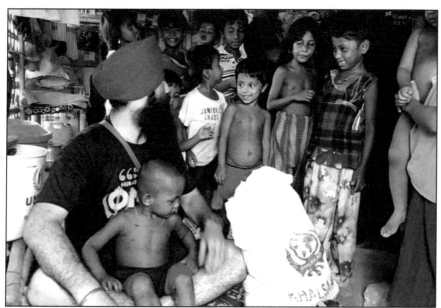

ਇਸ ਤਸਵੀਰ ਵਿੱਚ ਤੁਸੀਂ ਕੀ ਦੇਖਦੇ ਹੋ ? ਚਾਰ ਵਾਕ ਪੰਜਾਬੀ ਵਿੱਚ ਲਿਖੋ।

1. • Poor area
2. • Poor people
3. • Khalsa aid
4. • Charity work (F)

2. ਤੁਸੀਂ ਆਪਣੇ ਮਿੱਤਰ/ਆਪਣੀ ਸਹੇਲੀ ਨੂੰ ਲੋਕ ਭਲਾਈ ਦੇ ਕੰਮਾਂ ਬਾਰੇ ਈ-ਮੇਲ ਲਿਖਦੇ ਹੋ। ਲਿਖੋ :

- ਚੈਰੀਟੀ ਕੀ ਹੁੰਦੀ ਹੈ Free seava
- ਚੈਰੀਟੀ ਲਈ ਦਾਨ • food, water, money, Blankets, clothes, books!
- ਗ਼ਰੀਬਾਂ ਦੀ ਸਹਾਇਤਾ
- ਚੈਰੀਟੀ ਲਈ ਕੰਮ ਕਰਨਾ

ਪੰਜਾਬੀ ਵਿੱਚ ਲਗਭਗ 40 ਸ਼ਬਦ ਲਿਖੋ। (F)

3. Translate the following sentences into Panjabi. seva

1. In my spare time I do some voluntary work.

....

2. I help poor people.

....

3. Sometimes I work in our local hospital.

....

4. I serve tea to the patients.

....

5. My sister visits an old people's home and talks to the elderly.

....

6. In school I help to collect money for charitable work.

.... (F)

4. ਤੁਸੀਂ ਆਪਣੇ ਮਿੱਤਰ/ਆਪਣੀ ਸਹੇਲੀ ਨੂੰ ਚੈਰੀਟੀ ਦੇ ਕੰਮਾਂ ਬਾਰੇ ਈ-ਮੇਲ ਲਿਖਦੇ ਹੋ। ਤੁਸੀਂ ਹੇਠ ਲਿਖੀਆਂ ਗੱਲਾਂ ਬਾਰੇ ਲਿਖ ਸਕਦੇ ਹੋ: 1 page.

* ਚੈਰੀਟੀ ਲਈ ਕੰਮ ਕਰਨ ਵਾਲੇ ਲੋਕ – behaviour.

* ਚੈਰੀਟੀ ਲਈ ਕੰਮ ਕਰਨਾ ਕਿਉਂ ਚੰਗੀ ਗੱਲ ਹੈ – help, lesson, happiness

* ਤੁਸੀਂ ਪਿਛਲੇ ਸਾਲ ਚੈਰੀਟੀ ਲਈ ਕੀ ਕੰਮ ਕੀਤਾ ਸੀ – donate money, encourage

* ਤੁਸੀਂ ਲੋਕਾਂ ਨੂੰ ਚੈਰੀਟੀ ਦੇ ਕੰਮਾਂ ਵਿੱਚ ਹਿੱਸਾ ਲੈਣ ਲਈ ਕਿਸ ਤਰ੍ਹਾਂ ਉਤਸ਼ਾਹਿਤ ਕਰੋਂ
  khalsa aid / body, Social media

ਪੰਜਾਬੀ ਵਿੱਚ ਲਗਭਗ 90 ਸ਼ਬਦ ਲਿਖੋ। ਹਰ ਭਾਗ ਬਾਰੇ ਲਿਖੋ। (F/H)

question

5. ਤੁਸੀਂ ਪੰਜਾਬੀ ਅਖ਼ਬਾਰ ਲਈ ਇੱਕ ਆਰਟੀਕਲ ਲਿਖਦੇ ਹੋ। ਤੁਸੀਂ ਹੇਠ-ਲਿਖੀਆਂ ਗੱਲਾਂ ਬਾਰੇ ਲਿਖ ਸਕਦੇ ਹੋ:

charity work   • need is done • Medical need

* ਪਰਉਪਕਾਰੀ ਕੰਮਾਂ ਦੁਆਰਾ ਲੋਕਾਂ ਦੀ ਕਿਸ ਤਰ੍ਹਾਂ ਸਹਾਇਤਾ ਕੀਤੀ ਜਾ ਸਕਦੀ ਹੈ • Not phys

* ਚੈਰੀਟੀ ਦੇ ਕੰਮਾਂ ਦੀ ਮਹੱਤਤਾ – importance

ਪੰਜਾਬੀ ਵਿੱਚ ਲਗਭਗ 150 ਸ਼ਬਦ ਲਿਖੋ। ਦੋਨਾਂ ਭਾਗਾਂ ਬਾਰੇ ਲਿਖੋ। (H)

44

6. Translate the following passage into Panjabi.

Rich people should donate as much money as they can for charity purposes. This will help improve the quality of life of poor people. Prince Harry and Meghan Markle who got married on Saturday 19 May, 2018 have asked anyone who wanted to send them wedding gifts to make donations to charities instead.

(H)

Vocabulary :

Q 2 :	charity — ਦਾਨ/ਪਰਉਪਕਾਰ/ ਦਿਆਲਤਾ			
	work — ਕੰਮ		poor — ਗ਼ਰੀਬ	
	voluntary work — ਮਨਮਰਜ਼ੀ ਦਾ ਕੰਮ/ ਆਪਣੇ ਵੱਸ ਦਾ			
Q 3 :	spare time — ਫ਼ਾਲਤੂ/ਵਿਹਲਾ ਸਮਾਂ		people — ਲੋਕ	
	sometimes — ਕਦੇ ਕਦੇ		local — ਸਥਾਨਕ	
	hospital — ਹਸਪਤਾਲ		serve — ਵਰਤਾਉਣਾ	
	patients — ਮਰੀਜ਼		old — ਸਿਆਣੇ/ਬੁੱਢੇ	
	elderly — ਸਿਆਣੇ		collect — ਇਕੱਠਾ ਕਰਨਾ	
Q 4 :	ਉਤਸਾਹਿਤ ਕਰਨਾ — to encourage		ਚੰਗੀ ਗੱਲ — good thing	
Q 5 :	ਪਰਉਪਕਾਰੀ ਕੰਮ — charitable work		ਲੋਕ — people	
	ਸਹਾਇਤਾ — help		ਚੰਗੀ ਸਿਹਤ — good health	
Q 6 :	rich people — ਅਮੀਰ ਲੋਕ		donate — ਦਾਨ ਕਰਨਾ	
	purposes — ਮੰਤਵ/ਉਦੇਸ਼/ਕੰਮ		improve — ਸੁਧਾਰਣ	
	life — ਜ਼ਿੰਦਗੀ		wedding — ਵਿਆਹ	
	gifts — ਤੋਹਫ਼ੇ		instead — ਬਜਾਏ/ਇਸ ਦੇ ਬਦਲੇ	

- # Healthy/unhealthy living

1. ਆਪਣੇ ਮਿੱਤਰ/ਆਪਣੇ ਸਹੇਲੀ ਨੂੰ ਇੱਕ ਈ-ਮੇਲ ਲਿਖੋ, ਜਿਸ ਵਿੱਚ ਤੁਸੀਂ ਹੇਠ-ਲਿਖੀਆਂ ਗੱਲਾਂ ਬਾਰੇ ਲਿਖ ਸਕਦੇ ਹੋ :

   - ਚੰਗੀ ਸਿਹਤ

   - ਖਾਣਾ

   - ਪੀਣਾ

   - ਕਸਰਤ

   ਪੰਜਾਬੀ ਵਿੱਚ ਲਗਭਗ 40 ਸ਼ਬਦ ਲਿਖੋ।   (F)

2. **Translate the following sentences into Panjabi.**

   1. My sister and I do exercise daily to keep fit.

      ....

   2. We do not eat any unhealthy food.

      ....

   3. We always take care of our health.

      ....

   4. I go for a walk every day.

      ....

   5. Many children eat fast food and get fat.

      ....

   6. We should avoid eating sweets.

      ....

   7. We should always eat healthy food.

      ....

   8. We should not eat unhealthy food.

      ....

   9. Soft drinks are also harmful for our health.

      ....(F)

3. ਤੁਸੀਂ ਆਪਣੇ ਸਕੂਲ ਦੇ ਰਸਾਲੇ ਲਈ ਇੱਕ ਆਰਟੀਕਲ ਲਿਖਦੇ ਹੋ, ਜਿਸ ਵਿੱਚ ਤੁਸੀਂ ਹੇਠ-ਲਿਖੀਆਂ ਗੱਲਾਂ ਬਾਰੇ ਲਿਖ ਸਕਦੇ ਹੋ :

- ਲੋਕ ਬੀਮਾਰ ਕਿਉਂ ਹੁੰਦੇ ਹਨ (ਬੈਕ ਫ਼ੂ², ਵਰਕਆਊਟ, ਸਰੀਰਕ ਰੈਸਟ ਘੱਟ)
- ਬੀਮਾਰੀਆਂ ਤੋਂ ਬਚਣ ਲਈ ਤੁਹਾਨੂੰ ਕੀ ਕਰਨਾ ਚਾਹੀਦਾ ਹੈ
- ਚੰਗੀ ਸਿਹਤ ਰੱਖਣ ਲਈ ਕੀ ਕਰਨਾ ਜ਼ਰੂਰੀ ਹੈ (ਕਸਰਤ, ਚੰਗੀ ਖ਼ੁਰਾਕ 3,4
- ਕਿਹੜੇ ਖਾਣਿਆਂ ਤੋਂ ਬਚਣਾ ਚਾਹੀਦਾ ਹੈ ਅਤੇ ਕਿਉਂ (ਤੇਲ ਵਾਲੇ, ਜ਼ਿਆਦਾ 3,4 H1)

ਪੰਜਾਬੀ ਵਿੱਚ ਲਗਭਗ 90 ਸ਼ਬਦ ਲਿਖੋ। ਹਰ ਭਾਗ ਬਾਰੇ ਲਿਖੋ।　　　　(F/H)

4. ਆਪਣੇ ਚਾਚਾ ਜੀ ਨੂੰ ਇੱਕ ਈ-ਮੇਲ ਲਿਖੋ, ਜਿਸ ਵਿੱਚ ਤੁਸੀਂ ਹੇਠ-ਲਿਖੀਆਂ ਗੱਲਾਂ ਬਾਰੇ ਲਿਖ ਸਕਦੇ ਹੋ :

- ਚੰਗੀ ਸਿਹਤ ਲਈ ਤੁਸੀਂ ਕਿਸ ਤਰ੍ਹਾਂ ਦੇ ਖਾਣੇ ਖਾਂਦੇ ਹੋ
- ਕਿਹੜੇ ਖਾਣੇ ਸਿਹਤ ਲਈ ਖ਼ਰਾਬ ਹਨ ਅਤੇ ਕਿਉਂ
- ਮੋਟਾਪਾ ਦੂਰ ਕਰਨ ਲਈ ਤੁਸੀਂ ਕੀ ਕਰਦੇ ਹੋ
- ਚੰਗੀ ਸਿਹਤ ਲਈ ਤੁਸੀਂ ਕਿਹੜੀਆਂ ਆਦਤਾਂ ਬਦਲਣੀਆਂ ਚਾਹੋਗੇ

Hello

ਪੰਜਾਬੀ ਵਿੱਚ ਲਗਭਗ 90 ਸ਼ਬਦ ਲਿਖੋ। ਹਰ ਭਾਗ ਬਾਰੇ ਲਿਖੋ।　　　　(F/H)

5. **Translate the following passage into Panjabi.**

My brother is very fat and is over-weight. He often eats fast food. Fish and chips is his favourite food. He does not do any exercise and is very lazy. My parents tried hard to change his habits but he does not listen to them.　(H)

Vocabulary :

Q 2 :	exercise	— ਕਸਰਤ ਕਰਨਾ	unhealthy food	— ਸਿਹਤ ਲਈ ਹਾਨੀਕਾਰਕ ਖ਼ੁਰਾਕ
	health	— ਸਿਹਤ		
	avoid	— ਸੰਕੋਚ ਕਰਨਾ	harmful	— ਖ਼ਤਰਨਾਕ/ਹਾਨੀਕਾਰਕ
	healthy food	— ਸਿਹਤ ਲਈ ਅੱਛੀ ਖ਼ੁਰਾਕ		
Q 3 :	ਬੀਮਾਰ	— ill	ਬੀਮਾਰੀਆਂ	— diseases
Q 4 :	ਖ਼ਰਾਬ	— bad	ਮੋਟਾਪਾ	— fatness/obeseness
	ਆਦਤਾਂ	— habits		
Q 5 :	over-weight	— ਜ਼ਿਆਦਾ ਭਾਰ	often	— ਅਕਸਰ
	favourite	— ਮਨਪਸੰਦ	lazy	— ਸੁਸਤ
	listen	— ਸੁਣਨਾ		

47

Topic 3 : Global issues

- **The environment**

1. ਤੁਹਾਡੇ ਚਾਚਾ ਜੀ ਤੁਹਾਨੂੰ ਇਹ ਤਸਵੀਰ ਭੇਜਦੇ ਹਨ।

ਇਸ ਤਸਵੀਰ ਵਿੱਚ ਤੁਸੀਂ ਕੀ ਦੇਖਦੇ ਹੋ ? ਪੰਜਾਬੀ ਵਿੱਚ ਚਾਰ ਵਾਕ ਲਿਖੋ।

1. ....

2. ....

3. ....

4. .... (F)

2. ਤੁਸੀਂ ਆਪਣੇ ਮਿੱਤਰ/ਆਪਣੀ ਸਹੇਲੀ ਨੂੰ ਆਪਣੇ ਵਾਤਾਵਰਣ ਬਾਰੇ ਇੱਕ ਈ-ਮੇਲ ਲਿਖਦੇ ਹੋ। ਤੁਸੀਂ ਹੇਠ-ਲਿਖੀਆਂ ਗੱਲਾਂ ਬਾਰੇ ਲਿਖ ਸਕਦੇ ਹੋ :

- ਤੁਹਾਡੇ ਇਲਾਕੇ ਵਿੱਚ ਦਰੱਖ਼ਤਾਂ ਦੀ ਕਟਾਈ
- ਇਸ ਦਾ ਵਾਤਾਵਰਣ 'ਤੇ ਅਸਰ
- ਹੋਰ ਦਰੱਖ਼ਤ ਲਗਾਉਣਾ
- ਆਲੇ-ਦੁਆਲੇ ਦੀ ਸਫ਼ਾਈ

ਪੰਜਾਬੀ ਵਿੱਚ ਲਗਭਗ 40 ਸ਼ਬਦ ਲਿਖੋ। (F)

3. Translate the following sentences into Panjabi.

1. I do many things to keep our environment neat and clean.

   ....

2. I do not waste water.

   ....

3. I do not keep the tap running while washing my face.

   ....

4. We always turn off the lights and electrical appliances when we do not need them.

   ....

5. We can save a lot of money by using gas and electricity appropriately.

   ....

6. Some people keep the electric bulbs on during the day.

   ....

7. Always put the rubbish in the dust-bins.

   ....

8. The level of pollulation in some areas is high.

   ....

9. Some people throw away their old articles in the empty places.

   ....

10. People who make the environment dirty must be punished.

    ....

11. People should use public transport rather than using their own cars.

    ....

12. The use of old cars should be stopped as they create more pollution.

    .... (F)

H.W 28 March 2021

4. **ਤੁਸੀਂ ਆਪਣੇ ਏਰੀਏ ਦੇ ਕੌਂਸਲਰ ਨੂੰ ਪ੍ਰਦੂਸ਼ਣ ਬਾਰੇ ਇੱਕ ਈ-ਮੇਲ ਲਿਖਦੇ ਹੋ। ਤੁਸੀਂ ਹੇਠ-ਲਿਖੀਆਂ ਗੱਲਾਂ ਬਾਰੇ ਲਿਖ ਸਕਦੇ ਹੋ :** → pollution

- ਤੁਹਾਡੇ ਏਰੀਏ ਵਿੱਚ ਵੱਧ ਪ੍ਰਦੂਸ਼ਣ
- ਵੱਧ ਪ੍ਰਦੂਸ਼ਣ ਦੇ ਕਾਰਨ • use of plastic
- ਪ੍ਰਦੂਸ਼ਣ ਨੂੰ ਰੋਕਣ ਲਈ ਲੋਕਾਂ ਨੂੰ ਕੀ ਕਰਨਾ ਚਾਹੀਦਾ ਹੈ • plant more trees • R3
- ਕੌਂਸਲ ਦੀ ਜ਼ਿੰਮੇਵਾਰੀ • punish or fine • Road inspection

ਪੰਜਾਬੀ ਵਿੱਚ ਲਗਭਗ 90 ਸ਼ਬਦ ਲਿਖੋ। ਹਰ ਭਾਗ ਬਾਰੇ ਕੁਝ ਲਿਖੋ। (F/H)

H.W April 2021

5. **ਤੁਸੀਂ ਪੰਜਾਬੀ ਅਖ਼ਬਾਰ ਲਈ ਇੱਕ ਆਰਟੀਕਲ ਲਿਖਦੇ ਹੋ। ਤੁਸੀਂ ਇਸ ਵਿੱਚ ਹੇਠ-ਲਿਖੀਆਂ ਗੱਲਾਂ ਬਾਰੇ ਲਿਖ ਸਕਦੇ ਹੋ :**

• Don't waste water and elect • Plant more tree • R3

- ਆਪਣੇ ਘਰ ਨੂੰ ਪ੍ਰਦੂਸ਼ਣ ਮੁਕਤ ਬਣਾਉਣ ਦੀ ਲੋੜ • Less use of plastic •
- ਘਰ ਦੇ ਵਾਤਾਵਰਣ ਨੂੰ ਸਾਫ਼ ਸੁਥਰਾ ਬਣਾਉਣ ਲਈ ਅਤੇ ਪੈਸੇ ਬਚਾਉਣ ਲਈ ਤੁਸੀਂ ਕੀ ਕਰ ਸਕਦੇ ਹੋ • Plant veg or fruits. • Use solor pannel • Don't waste wa[ter] or electricity or food
- ਘਰ ਦੀਆਂ ਚੀਜ਼ਾਂ ਦੀ ਰੀ-ਸਾਈਕਲਿੰਗ • Clean your surroundings • Plastic, glass, cupboard •
- ਬੇਲੋੜੀਆਂ ਚੀਜ਼ਾਂ ਨੂੰ ਨਸ਼ਟ ਕਰਨਾ (Unwanted things) • Give thing to needy people, charity, Recycle. Give thing to needy people

ਪੰਜਾਬੀ ਵਿੱਚ ਲਗਭਗ 90 ਸ਼ਬਦ ਲਿਖੋ। ਹਰ ਭਾਗ ਬਾਰੇ ਕੁਝ ਲਿਖੋ। (F/H)

6. **ਤੁਸੀਂ ਆਪਣੇ ਲੋਕਲ ਅਖ਼ਬਾਰ ਲਈ ਇੱਕ ਆਰਟੀਕਲ ਲਿਖਦੇ ਹੋ। ਤੁਸੀਂ ਹੇਠ-ਲਿਖੀਆਂ ਗੱਲਾਂ ਬਾਰੇ ਲਿਖ ਸਕਦੇ ਹੋ :**

- ਵਿਸ਼ਵ ਵਿਆਪੀ ਗਰਮੀ (Global warming) • Climate change
- ਟ੍ਰੈਫ਼ਿਕ ਦੀ ਭੀੜ (Traffic congestion)

ਪੰਜਾਬੀ ਵਿੱਚ ਲਗਭਗ 150 ਸ਼ਬਦ ਲਿਖੋ। ਦੋਨਾਂ ਭਾਗਾਂ ਬਾਰੇ ਲਿਖੋ। (H)

H.W 28 March 2021

7. **Translate the following passage into Panjabi.**

Environment means surroundings. Land, water, air, animals and all other things that are surrounding us make our environment. A clean environment is very important to live a peaceful and healthy life. But our environment is getting dirty day by day because some people do not pay much attention to keep it neat and clean. (H)

Vocabulary :

Q 2 :	ਇਲਾਕਾ	— area	ਦਰੱਖ਼ਤ	— trees
	ਵਾਤਾਵਰਣ	— environment	ਲਗਾਉਣਾ	— plant
	ਆਲਾ-ਦੁਆਲਾ	— neighbourhood/surroundings		
	ਸਫ਼ਾਈ	— cleanliness		
Q 3 :	environment	— ਵਾਤਾਵਰਣ	turn off	— ਬੰਦ ਕਰਨਾ
	electrical appliance	— ਬਿਜਲੀ ਵਰਤਣ ਵਾਲੇ ਸਾਧਨ	appropriate	— ਠੀਕ ਢੰਗ ਨਾਲ
			running	— ਚੱਲਦੇ ਰਹਿਣਾ/ਦੌੜਦੇ ਰਹਿਣਾ
	rubbish	— ਕੂੜਾ	pollution	— ਗੰਦਾਪਣ
	punished	— ਸਜ਼ਾ ਮਿਲਣੀ	old article	— ਪੁਰਾਣੀਆਂ ਚੀਜ਼ਾਂ
Q 4 :	ਪ੍ਰਦੂਸ਼ਣ	— pollution	ਜ਼ਿੰਮੇਵਾਰੀ	— responsibility
Q 5 :	ਮੁਕਤ	— without/free	ਸਾਫ਼ ਸੁਥਰਾ	— neat and clean
	ਪੈਸੇ ਬਚਾਉਣਾ	— save money	ਬੇਲੋੜੀਆਂ	— unwanted
	ਨਸ਼ਟ ਕਰਨਾ	— destroy		
Q 7 :	means	— ਅਰਥ/ਮਤਲਬ	surroundings	— ਆਲਾ-ਦੁਆਲਾ
	important	— ਜ਼ਰੂਰੀ	peaceful	— ਸ਼ਾਂਤੀ ਵਾਲੀ/ਸ਼ਾਂਤਮਈ
	dirty	— ਗੰਦਾ	attention	— ਧਿਆਨ

their choice = ਸਵੈ - ਇੱਛਿਤ

- **Poverty/houselessness**

1. ਤੁਸੀਂ ਅਖ਼ਬਾਰ ਵਿੱਚ ਇਹ ਤਸਵੀਰ ਦੇਖਦੇ ਹੋ।

ਇਸ ਤਸਵੀਰ ਵਿੱਚ ਤੁਸੀਂ ਕੀ ਦੇਖਦੇ ਹੋ ? ਪੰਜਾਬੀ ਵਿੱਚ ਚਾਰ ਵਾਕ ਲਿਖੋ।

1. • Poor
2. • winter
3. • houseless
4. • He is sitting near the street and two bags help (F)

2. ਤੁਸੀਂ ਆਪਣੇ ਮਿੱਤਰ/ਆਪਣੀ ਸਹੇਲੀ ਨੂੰ ਇੱਕ ਗ਼ਰੀਬ ਅਤੇ ਬੇਘਰ ਲੋਕਾਂ ਬਾਰੇ ਈ-ਮੇਲ ਕਰਦੇ ਹੋ। ਲਿਖੋ ਕਿ :

- ਗ਼ਰੀਬ ਲੋਕ ਕੌਣ ਹੁੰਦੇ ਹਨ
- ਤੁਹਾਡੇ ਸ਼ਹਿਰ ਵਿੱਚ ਗ਼ਰੀਬ ਲੋਕ
- ਬੇਘਰ ਲੋਕ ਕੌਣ ਹੁੰਦੇ ਹਨ
- ਗ਼ਰੀਬ ਲੋਕਾਂ ਦੀ ਪਛਾਣ

ਪੰਜਾਬੀ ਵਿੱਚ ਲਗਭਗ 40 ਸ਼ਬਦ ਲਿਖੋ। (F)

H.W April - Paper

3. ਤੁਸੀਂ ਆਪਣੇ ਮਿੱਤਰ/ਆਪਣੀ ਸਹੇਲੀ ਨੂੰ ਗ਼ਰੀਬੀ ਬਾਰੇ ਇੱਕ ਈ-ਮੇਲ ਲਿਖ
ਹੇਠ-ਲਿਖੀਆਂ ਗੱਲਾਂ ਬਾਰੇ ਲਿਖ ਸਕਦੇ ਹੋ : (16 marks)

- ਕਿਸੇ ਗ਼ਰੀਬ ਵਿਅਕਤੀ ਬਾਰੇ ਲਿਖੋ, ਜੋ ਤੁਸੀਂ ਆਪ ਦੇਖਿਆ ਹੈ
- ਗ਼ਰੀਬੀ ਦੇ ਕੀ ਕਾਰਨ ਹਨ → No work, family proble
- ਤੁਸੀਂ ਗ਼ਰੀਬੀ ਹਟਾਉਣ ਲਈ ਕੀ ਸਲਾਹ ਦੇਵੋਗੇ → Do some won
- ਚੈਰੀਟੇਬਲ ਸੰਸਥਾਵਾਂ ਗ਼ਰੀਬੀ ਨੂੰ ਦੂਰ ਕਰਨ ਲਈ ਕੀ ਕਰਦੀਆਂ ਹਨ → Provide them with necsesary things, money, home, job for young.

ਪੰਜਾਬੀ ਵਿੱਚ ਲਗਭਗ 90 ਸ਼ਬਦ ਲਿਖੋ। ਹਰ ਭਾਗ ਬਾਰੇ ਕੁਝ ਲਿਖੋ। (F/H)

H.W April - on paper

4. ਤੁਸੀਂ ਆਪਣੇ ਮਿੱਤਰ/ਆਪਣੀ ਸਹੇਲੀ ਨੂੰ ਬੇਘਰੇ ਲੋਕਾਂ ਬਾਰੇ ਈ-ਮੇਲ ਲਿਖਦੇ ਹੋ। ਇਸ ਵਿੱਚ ਤੁਸੀਂ ਹੇਠ-ਲਿਖੀਆਂ ਗੱਲਾਂ ਬਾਰੇ ਲਿਖ ਸਕਦੇ ਹੋ :

- ਕੁਝ ਲੋਕ ਬੇਘਰ ਕਿਸ ਤਰ੍ਹਾਂ ਬਣ ਜਾਂਦੇ ਹਨ
- ਬੇਘਰ ਲੋਕ ਆਪਣੀ ਰੋਜ਼ਾਨਾ ਜ਼ਿੰਦਗੀ ਕਿਸ ਤਰ੍ਹਾਂ ਗੁਜ਼ਾਰਦੇ ਹਨ • Crime • Theif
- ਬੇਘਰ ਲੋਕਾਂ ਦੀ ਤੁਸੀਂ ਕਿਸ ਤਰ੍ਹਾਂ ਸਹਾਇਤਾ ਕਰ ਸਕਦੇ ਹੋ • Donate things
- ਸਰਕਾਰ ਨੂੰ ਬੇਘਰ ਲੋਕਾਂ ਦੀ ਜ਼ਿੰਦਗੀ ਨੂੰ ਸੁਧਾਰਨ ਲਈ ਕੀ ਕਰਨਾ ਚਾਹੀਦਾ ਹੈ • opportunitio to study and job

ਪੰਜਾਬੀ ਵਿੱਚ ਲਗਭਗ 90 ਸ਼ਬਦ ਲਿਖੋ। ਹਰ ਭਾਗ ਬਾਰੇ ਕੁਝ ਲਿਖੋ। (F/H)

Onga

5. ਤੁਸੀਂ ਪੰਜਾਬੀ ਅਖ਼ਬਾਰ ਲਈ ਗ਼ਰੀਬੀ ਅਤੇ ਬੇਘਰ ਲੋਕਾਂ ਬਾਰੇ ਇੱਕ ਆਰਟੀਕਲ ਲਿਖ ਰਹੇ ਹੋ। ਇਸ ਵਿੱਚ ਤੁਸੀਂ ਹੇਠ-ਲਿਖੀਆਂ ਗੱਲਾਂ ਬਾਰੇ ਲਿਖ ਸਕਦੇ ਹੋ :

- ਗ਼ਰੀਬ ਲੋਕਾਂ ਦੀ ਜ਼ਿੰਦਗੀ
- ਬੇਘਰ ਲੋਕਾਂ ਦੀਆਂ ਸਮੱਸਿਆਵਾਂ • diseases, alone, no home, no work, force to do illegal work

ਪੰਜਾਬੀ ਵਿੱਚ ਲਗਭਗ 150 ਸ਼ਬਦ ਲਿਖੋ। ਦੋਨਾਂ ਭਾਗਾਂ ਬਾਰੇ ਲਿਖੋ। (H)

6. ਤੁਸੀਂ ਪੰਜਾਬੀ ਅਖ਼ਬਾਰ ਲਈ ਇੱਕ ਆਰਟੀਕਲ ਲਿਖਦੇ ਹੋ। ਇਸ ਵਿੱਚ ਤੁਸੀਂ ਹੇਠ-ਲਿਖੀਆਂ ਗੱਲਾਂ ਬਾਰੇ ਲਿਖ ਸਕਦੇ ਹੋ :

- ਤੁਹਾਡੇ ਇਲਾਕੇ ਵਿੱਚ ਸਮਾਜ ਵਿਰੋਧੀ ਵਿਵਹਾਰ ਦੇ ਕਾਰਨ
- ਸਮਾਜ ਵਿਰੋਧੀ ਵਿਵਹਾਰ ਨੂੰ ਠੀਕ ਕਰਨ ਲਈ ਤੁਹਾਡੇ ਸੁਝਾਅ

ਪੰਜਾਬੀ ਵਿੱਚ ਲਗਭਗ 150 ਸ਼ਬਦ ਲਿਖੋ। ਦੋਨਾਂ ਭਾਗਾਂ ਬਾਰੇ ਲਿਖੋ। (H)

slate the following passage into Panjabi.

always wanted to do something for the poor and homeless people. Therefore, I joined a local charity. I was very impressed with the work this charity is doing for the poor and homeless people. Every Sunday I join other volunteers to deliver food and blankets to the poor and homeless people in our area. Actually it should be the responsibility of the government to remove poverty and homelessness in our society.   (H)

Vocabulary :

Q 1 :	ਅਖ਼ਬਾਰ	— newspaper	ਬੇਘਰ	— homeless
Q 2 :	ਗ਼ਰੀਬ	— poor	ਸ਼ਹਿਰ	— city
	ਪਛਾਣ	— recognistion	ਲੋਕ	— people
Q 3 :	ਵਿਅਕਤੀ	— person	ਕਾਰਨ	— reasons
	ਸਲਾਹ	— suggestion	ਸੰਸਥਾਵਾਂ	— organisations
Q 4 :	ਰੋਜ਼ਾਨਾ ਜ਼ਿੰਦਗੀ	— daily life	ਗੁਜ਼ਾਰਦੇ	— spend
	ਸਹਾਇਤਾ	— help	ਸੁਧਾਰਨ	— improve
Q 5 :	ਸਮੱਸਿਆਵਾਂ	— problems	ਜ਼ਿੰਦਗੀ	— life
Q 6 :	ਸਮਾਜ	— society	ਵਿਰੋਧੀ	— against
	ਵਿਵਹਾਰ	— behaviour	ਸੁਝਾਅ	— suggestion

Q 7 :

always	— ਸਦਾ	something	— ਕੁਝ
local	— ਸਥਾਨਕ	joined	— ਸ਼ਾਮਲ ਕੀਤੀ
impressed	— ਪ੍ਰਭਾਵਿਤ	volunteers	— ਸਵੈ-ਸੇਵਕ
deliver	— ਵੰਡਣਾ	blankets	— ਕੰਬਲ
actual	— ਅਸਲ ਵਿੱਚ	responsibility	— ਜ਼ਿੰਮੇਵਾਰੀ
society	— ਸਮਾਜ	homelessness	— ਬੇਘਰਤਾ
remove	— ਹਟਾਉਣਾ		

Topic 4 : Travel and tourism

1. ਤੁਹਾਡਾ ਮਿੱਤਰ/ਤੁਹਾਡੀ ਸਹੇਲੀ ਤੁਹਾਨੂੰ ਇਹ ਤਸਵੀਰ ਭੇਜਦਾ/ਭੇਜਦੀ ਹੈ।

ਇਸ ਤਸਵੀਰ ਵਿੱਚ ਤੁਸੀਂ ਕੀ ਦੇਖਦੇ ਹੋ ? ਪੰਜਾਬੀ ਵਿੱਚ ਚਾਰ ਵਾਕ ਲਿਖੋ।

1. ....

2. ....

3. ....

4. .... (F)

2. ਤੁਸੀਂ ਛੁੱਟੀਆਂ 'ਤੇ ਹੋ ਅਤੇ ਆਪਣੇ ਮਿੱਤਰ/ਆਪਣੀ ਸਹੇਲੀ ਨੂੰ ਇੱਕ ਈ-ਮੇਲ ਲਿਖਦੇ ਹੋ। ਈ-ਮੇਲ ਵਿੱਚ ਦੱਸੋ :

- ਤੁਸੀਂ ਕਿੱਥੇ ਹੋ

- ਮੌਸਮ

- ਕਿੱਥੇ ਠਹਿਰੇ ਹੋ

- ਕੱਲ੍ਹ ਕੀ ਦੇਖਿਆ ਸੀ

ਪੰਜਾਬੀ ਵਿੱਚ ਲਗਭਗ 40 ਸ਼ਬਦ ਲਿਖੋ।   (F)

3. ਤੁਸੀਂ ਹੁਣੇ ਹੁਣੇ ਇੰਡੀਆ ਵਿੱਚ ਛੁੱਟੀਆਂ ਕੱਟ ਕੇ ਆਏ ਹੋ। ਆਪਣੇ ਮਿੱਤਰ/ਆਪਣੀ ਸਹੇਲੀ ਨੂੰ ਇੱਕ ਚਿੱਠੀ ਲਿਖੋ। ਇਸ ਵਿੱਚ ਤੁਸੀਂ ਹੇਠ-ਲਿਖੀਆਂ ਗੱਲਾਂ ਬਾਰੇ ਲਿਖ ਸਕਦੇ ਹੋ :

- ਤੁਸੀਂ ਇੰਡੀਆ ਵਿੱਚ ਕੀ ਕੀਤਾ ਸੀ
- ਇੰਡੀਆ ਅਤੇ ਇੰਗਲੈਂਡ ਦੇ ਲੋਕਾਂ ਦੀ ਜ਼ਿੰਦਗੀ ਵਿੱਚ ਅੰਤਰ
- ਛੁੱਟੀਆਂ ਵਿੱਚ ਸਭ ਤੋਂ ਵੱਧ ਕੀ ਪਸੰਦ ਕੀਤਾ ਅਤੇ ਕਿਉਂ
- ਅਗਲੇ ਸਾਲ ਛੁੱਟੀਆਂ ਵਿੱਚ ਕਿੱਥੇ ਜਾਓਗੇ ਅਤੇ ਕਿਉਂ

ਪੰਜਾਬੀ ਵਿੱਚ ਲਗਭਗ 90 ਸ਼ਬਦ ਲਿਖੋ। ਹਰ ਭਾਗ ਬਾਰੇ ਕੁਝ ਲਿਖੋ।   (F/H)

4. ਤੁਸੀਂ ਪੰਜਾਬ ਵਿੱਚ ਛੁੱਟੀਆਂ 'ਤੇ ਜਾਣਾ ਚਾਹੁੰਦੇ ਹੋ। ਰਾਜਾ ਟਰੈਵਲਜ਼ ਨੂੰ ਈ-ਮੇਲ ਕਰ ਕੇ ਹੇਠ-ਲਿਖੀਆਂ ਗੱਲਾਂ ਬਾਰੇ ਲਿਖੋ।

- ਤੁਸੀਂ ਕਦੋਂ ਅਤੇ ਕਿੰਨੇ ਚਿਰ ਲਈ ਜਾਣਾ ਚਾਹੁੰਦੇ ਹੋ
- ਕੀ ਕੀ ਦੇਖਣਾ ਚਾਹੁੰਦੇ ਹੋ ਅਤੇ ਕਿਸ ਤਰ੍ਹਾਂ
- ਹੋਟਲ ਵਿੱਚ ਕੀ ਕੀ ਸਹੂਲਤਾਂ ਚਾਹੁੰਦੇ ਹੋ ਅਤੇ ਕਿਉਂ
- ਖਾਣ-ਪੀਣ ਬਾਰੇ

ਪੰਜਾਬੀ ਵਿੱਚ ਲਗਭਗ 90 ਸ਼ਬਦ ਲਿਖੋ। ਹਰ ਭਾਗ ਬਾਰੇ ਕੁਝ ਲਿਖੋ।   (F/H)

5. ਤੁਸੀਂ ਇੰਡੀਆ ਵਿੱਚ ਛੁੱਟੀਆਂ ਗੁਜ਼ਾਰ ਕੇ ਆਏ ਹੋ। ਆਪਣੇ ਚਾਚਾ ਜੀ ਨੂੰ ਆਪਣੀਆਂ ਛੁੱਟੀਆਂ ਬਾਰੇ ਇੱਕ ਈ-ਮੇਲ ਲਿਖੋ। ਤੁਸੀਂ ਹੇਠ-ਲਿਖੀਆਂ ਗੱਲਾਂ ਬਾਰੇ ਲਿਖ ਸਕਦੇ ਹੋ :

- ਤੁਸੀਂ ਕਦੋਂ ਗਏ ਅਤੇ ਕਦੋਂ ਵਾਪਸ ਆਏ
- ਛੁੱਟੀਆਂ 'ਤੇ ਜਾਣ ਤੋਂ ਪਹਿਲਾਂ ਕੀ ਕੀ ਤਿਆਰੀ ਕੀਤੀ
- ਉਹਨਾਂ ਥਾਵਾਂ ਬਾਰੇ ਲਿਖੋ, ਜਿੱਥੇ ਜਿੱਥੇ ਤੁਸੀਂ ਗਏ ਹੋ
- ਇੰਡੀਆ ਦੇ ਲੋਕਾਂ ਬਾਰੇ ਤੁਹਾਡੇ ਵਿਚਾਰ

ਪੰਜਾਬੀ ਵਿੱਚ ਲਗਭਗ 90 ਸ਼ਬਦ ਲਿਖੋ। ਹਰ ਭਾਗ ਬਾਰੇ ਕੁਝ ਲਿਖੋ।   (F/H)

6. ਤੁਸੀਂ ਪੰਜਾਬੀ ਰਸਾਲੇ ਲਈ ਇੱਕ ਲੇਖ ਲਿਖਦੇ ਹੋ। ਤੁਸੀਂ ਹੇਠ-ਲਿਖੀਆਂ ਗੱਲਾਂ ਬਾਰੇ ਲਿਖ ਸਕਦੇ ਹੋ :

- ਜ਼ਿੰਦਗੀ ਵਿੱਚ ਛੁੱਟੀਆਂ ਦੀ ਮਹੱਤਤਾ
- ਪਿਛਲੀਆਂ ਛੁੱਟੀਆਂ ਜੋ ਤੁਸੀਂ ਬਹੁਤ ਪਸੰਦ ਕੀਤੀਆਂ

ਪੰਜਾਬੀ ਵਿੱਚ ਲਗਭਗ 150 ਸ਼ਬਦ ਲਿਖੋ। ਦੋਨਾਂ ਭਾਗਾਂ ਬਾਰੇ ਲਿਖੋ।   (H)

7. ਤੁਸੀਂ ਪੰਜਾਬ ਵਿੱਚ ਛੁੱਟੀਆਂ ਗੁਜ਼ਾਰ ਕੇ ਆਏ ਹੋ। ਆਪਣੇ ਸਕੂਲ ਦੇ ਰਸਾਲੇ ਲਈ ਇੱਕ ਆਰਟੀਕਲ ਲਿਖੋ, ਜਿਸ ਵਿੱਚ ਤੁਸੀਂ ਹੇਠ-ਲਿਖੀਆਂ ਗੱਲਾਂ ਬਾਰੇ ਲਿਖ ਸਕਦੇ ਹੋ।

- ਇੰਗਲੈਂਡ ਤੋਂ ਇੰਡੀਆ ਤੱਕ ਹਵਾਈ ਸਫ਼ਰ ਦਾ ਤਜਰਬਾ

- ਇੰਡੀਆ ਵਿੱਚ ਆਪਣੇ ਰਿਸ਼ਤੇਦਾਰਾਂ ਨਾਲ ਰਹਿਣ ਬਾਰੇ ਤੁਹਾਡੇ ਵਿਚਾਰ

ਪੰਜਾਬੀ ਵਿੱਚ ਲਗਭਗ 150 ਸ਼ਬਦ ਲਿਖੋ। ਦੋਨਾਂ ਭਾਗਾਂ ਬਾਰੇ ਲਿਖੋ।   (H)

8. **Translate the following passage into Panjabi.**

Last month I travelled to India with my sister. We took the Air India flight from Birmingham to Amritsar. It was a direct flight. I had my seat by the window and could see the scenery outside. We were served food on the journey. There was a choice of vegetarian and non-vegetarian dinner. I took the vegetarian meal which was very delicious. We visited many places in India including the Golden Temple in Amritsar.   (H)

Vocabulary :

Q 2 :	ਮੌਸਮ	— weather	ਠਹਿਰੇ ਹੋ	— staying
	ਕੱਲ੍ਹ	— yesterday	ਦੇਖਿਆ	— saw
Q 3 :	ਛੁੱਟੀਆਂ	— holidays	ਜ਼ਿੰਦਗੀ	— life
	ਅਗਲੇ ਸਾਲ	— next year	ਅੰਤਰ	— difference
Q 5 :	ਤਿਆਰੀ	— preparation	ਵਿਚਾਰ	— views
Q 6 :	ਮਹੱਤਤਾ	— importance	ਪਿਛਲੀਆਂ	— last
Q 7 :	ਰਸਾਲਾ	— magazine	ਹਵਾਈ ਸਫ਼ਰ	— air journey
	ਤਜਰਬਾ	— experience	ਰਿਸ਼ਤੇਦਾਰ	— relations
Q 8 :	travelled	— ਸਫ਼ਰ ਕੀਤਾ	direct	— ਸਿੱਧੀ
	flight	— ਉਡਾਣ	scenery	— ਨਜ਼ਾਰਾ
	outside	— ਬਾਹਰ ਤੋਂ	food	— ਖਾਣਾ
	vegetarian	— ਵੈਸ਼ਨੋ/ਸ਼ਾਕਾਹਾਰੀ	non-vegetarian	— ਮਾਸਾਹਾਰੀ

CHAPTER 3

Theme 3 : Current and future study and employment
ਵਰਤਮਾਨ ਅਤੇ ਭਵਿੱਖ ਦੀ ਪੜ੍ਹਾਈ ਅਤੇ ਨੌਕਰੀ

Topic 1 : My studies (ਮੇਰੀ ਪੜ੍ਹਾਈ)

1. ਤੁਸੀਂ ਆਪਣੇ ਮਿੱਤਰ/ਆਪਣੀ ਸਹੇਲੀ ਤੋਂ ਇਹ ਤਸਵੀਰ ਪ੍ਰਾਪਤ ਕਰਦੇ ਹੋ।

ਤੁਸੀਂ ਇਸ ਤਸਵੀਰ ਵਿੱਚ ਕੀ ਦੇਖਦੇ ਹੋ ? ਪੰਜਾਬੀ ਵਿੱਚ ਚਾਰ ਵਾਕ ਲਿਖੋ।

1. ....
2. ....
3. ....
4. .... (F)

2. ਆਪਣੇ ਮਿੱਤਰ/ਆਪਣੀ ਸਹੇਲੀ ਨੂੰ ਇੱਕ ਈ-ਮੇਲ ਆਪਣੀ ਪੜ੍ਹਾਈ ਬਾਰੇ ਲਿਖੋ। ਲਿਖੋ :

- ਤੁਹਾਡੇ ਸਕੂਲ ਦਾ ਨਾਂ ਅਤੇ ਪੂਰਾ ਪਤਾ
- ਤੁਸੀਂ ਕਿਹੜੀ ਕਲਾਸ ਵਿੱਚ ਹੋ
- ਤੁਸੀਂ ਕਿਹੜੇ ਕਿਹੜੇ ਵਿਸ਼ੇ ਪੜ੍ਹ ਰਹੇ ਹੋ
- ਕਿਹੜਾ ਵਿਸ਼ਾ ਸਭ ਤੋਂ ਵੱਧ ਪਸੰਦ ਕਰਦੇ ਹੋ

ਪੰਜਾਬੀ ਵਿੱਚ ਲਗਭਗ 40 ਸ਼ਬਦ ਲਿਖੋ। (F)

3. **Translate the following sentences into Panjabi.**

1. I go to Sidney Stringer Academy in Coventry.

....

2. I am in year eleven and preparing for my GCSE examinations this year.

....

3. I will be taking examination in ten subjects this year.

....

4. I like Mathematics and I am very good at it.

....

5. I do not like History because I find it boring.

....

6. I hope to pass in all subjects except History.

....

7. After my GCSEs' I would like to study for my A Levels.

.... (F)

[Do this again]

4. ਤੁਸੀਂ ਆਪਣੇ ਚਾਚਾ ਜੀ ਨੂੰ ਆਪਣੀ ਪੜ੍ਹਾਈ ਬਾਰੇ ਈ-ਮੇਲ ਲਿਖ ਰਹੇ ਹੋ। ਲਿਖੋ ਕਿ :

- ਤੁਸੀਂ ਕੀ ਪੜ੍ਹਾਈ ਕਰ ਰਹੇ ਹੋ

- ਆਪਣੀ ਪੜ੍ਹਾਈ ਬਾਰੇ ਕੀ ਪਸੰਦ ਕਰਦੇ ਹੋ ਅਤੇ ਕਿਉਂ

- ਕੀ ਪਸੰਦ ਨਹੀਂ ਕਰਦੇ ਅਤੇ ਕਿਉਂ

- ਜੀ.ਸੀ.ਐੱਸ.ਈ. ਕਰਨ ਤੋਂ ਬਾਅਦ ਕੀ ਕਰਨਾ ਚਾਹੁੰਦੇ ਹੋ ਅਤੇ ਕਿਉਂ

ਪੰਜਾਬੀ ਵਿੱਚ ਲਗਭਗ 90 ਸ਼ਬਦ ਲਿਖੋ। ਹਰ ਭਾਗ ਬਾਰੇ ਕੁਝ ਲਿਖੋ।   (F/H)

5. ਆਪਣੇ ਸਕੂਲ ਦੇ ਰਸਾਲੇ ਲਈ ਇੱਕ ਲੇਖ ਲਿਖੋ। ਇਸ ਵਿੱਚ ਹੇਠ-ਲਿਖੀਆਂ ਗੱਲਾਂ ਬਾਰੇ ਲਿਖੋ :
- ਆਪਣੀ ਵਰਤਮਾਨ ਪੜ੍ਹਾਈ ਬਾਰੇ ਤੁਹਾਡੇ ਵਿਚਾਰ   ┌ Present
- ਸਕੂਲ ਦੀ ਪੜ੍ਹਾਈ ਦਾ ਮਿਆਰ ਉੱਚਾ ਕਰਨ ਲਈ ਤੁਹਾਡੇ ਸੁਝਾਅ   ✗standard

ਪੰਜਾਬੀ ਵਿੱਚ ਲਗਭਗ 150 ਸ਼ਬਦ ਲਿਖੋ। ਦੋਨਾਂ ਭਾਗਾਂ ਬਾਰੇ ਲਿਖੋ।   (H)

59

6. Translate the following passage into Panjabi.

I am a year 11 student and am studying for my GCSE examination. I am good in almost all subjects except Mathematics. I hope to achieve grade 9 in almost all subjects. In Mathematics I would be happy if I get grade 5. After GCSE, I definitely will continue my study. (H)

Vocabulary :

Q 2 :	ਵਿਸ਼ੇ	— subject				
Q 3 :	prepare	— ਤਿਆਰੀ ਕਰਨਾ	very good	— ਬਹੁਤ ਅੱਛਾ		
	history	— ਇਤਿਹਾਸ	except	— ਬਗ਼ੈਰ		
Q 5 :	ਵਰਤਮਾਨ	— present	ਜ਼ਿੰਦਗੀ	— life		
	ਉੱਚਾ	— high	ਮਿਆਰ	— standard		
Q 6 :	student	— ਵਿਦਿਆਰਥੀ	examination	— ਇਮਤਿਹਾਨ/ਪ੍ਰੀਖਿਆ		
	almost	— ਲਗਭਗ	all	— ਸਾਰੇ		
	achieve	— ਪ੍ਰਾਪਤ ਕਰਨਾ	happy	— ਖ਼ੁਸ਼		
	definitely	— ਪੱਕੇ ਤੌਰ 'ਤੇ/ਜ਼ਰੂਰ	continuous	— ਜਾਰੀ ਰੱਖਣਾ		

Topic 2 : Life at School/College

1. ਤੁਸੀਂ ਇਹ ਤਸਵੀਰ ਆਪਣੇ ਮਿੱਤਰ/ਆਪਣੀ ਸਹੇਲੀ ਤੋਂ ਪ੍ਰਾਪਤ ਕਰਦੇ ਹੋ।

ਤੁਸੀਂ ਇਸ ਤਸਵੀਰ ਵਿੱਚ ਕੀ ਦੇਖਦੇ ਹੋ ? ਪੰਜਾਬੀ ਵਿੱਚ ਚਾਰ ਵਾਕ ਲਿਖੋ।

1. ....
2. ....
3. ....
4. .... (F)

2. ਆਪਣੇ ਮਿੱਤਰ/ਆਪਣੀ ਸਹੇਲੀ ਨੂੰ ਆਪਣੇ ਸਕੂਲ ਬਾਰੇ ਕੁਝ ਜਾਣਕਾਰੀ ਦਿਉ। ਲਿਖੋ ਕਿ :

- ਸਕੂਲ ਕਿਸ ਇਲਾਕੇ ਵਿੱਚ ਹੈ

- ਸਕੂਲ ਦਾ ਸਾਈਜ਼

- ਅਧਿਆਪਕ

- ਸਕੂਲ ਵਿੱਚ ਪੜ੍ਹਾਏ ਜਾਣ ਵਾਲੇ ਵਿਸ਼ੇ

ਪੰਜਾਬੀ ਵਿੱਚ ਲਗਭਗ 40 ਸ਼ਬਦ ਲਿਖੋ।   (F)

3. ਆਪਣੇ ਮਿੱਤਰ/ਆਪਣੀ ਸਹੇਲੀ ਨੂੰ ਆਪਣੇ ਸਕੂਲ ਬਾਰੇ ਇੱਕ ਈ-ਮੇਲ ਲਿਖੋ। ਲਿਖੋ ਕਿ :

- ਸਕੂਲ ਕਦੋਂ ਸ਼ੁਰੂ ਹੁੰਦਾ ਅਤੇ ਕਦੋਂ ਬੰਦ ਹੁੰਦਾ

- ਸਕੂਲ ਦੀ ਵਰਦੀ

- ਸਕੂਲ ਵਿੱਚ ਖੇਡਾਂ

- ਸਕੂਲ ਬਾਰੇ ਕੀ ਪਸੰਦ

ਪੰਜਾਬੀ ਵਿੱਚ ਲਗਭਗ 40 ਸ਼ਬਦ ਲਿਖੋ। (F)

4. **Translate the following sentences into Panjabi.**

   1. My school is not very far from our house.

   ....

   2. I walk to school daily.

   ....

   3. I like my school.

   ....

   4. All teachers are good and the standard of education is also good.

   ....

   5. I play hockey in school and I am the captain of our school hockey team.

   ....

   6. The school rules are very strict.

   ....

   7. The behaviour of children in school is always good.

   ....

   8. I eat my lunch in school.

   ....

   9. Sometimes the quality of food served is not very good.

   ....

   10. I like my school because the teachers are good.

   .... (F)

5. ਆਪਣੇ ਮਾਮਾ ਜੀ ਨੂੰ ਇੱਕ ਈ-ਮੇਲ ਲਿਖੋ। ਇਸ ਵਿੱਚ ਹੇਠ ਲਿਖੀਆਂ ਗੱਲਾਂ ਬਾਰੇ ਲਿਖੋ :

- ਸਕੂਲ ਦਾ ਅਨੁਸ਼ਾਸਨ
- ਸਕੂਲ ਦੇ ਨਿਯਮ
- ਸਕੂਲ ਦੀ ਲਾਇਬਰੇਰੀ
- ਸਕੂਲ ਬਾਰੇ ਤੁਹਾਡੇ ਵਿਚਾਰ

ਪੰਜਾਬੀ ਵਿੱਚ ਲਗਭਗ 90 ਸ਼ਬਦ ਲਿਖੋ। ਹਰ ਭਾਗ ਬਾਰੇ ਕੁਝ ਲਿਖੋ। (F/H)

6. ਤੁਸੀਂ ਆਪਣੇ ਮਿੱਤਰ/ਆਪਣੀ ਸਹੇਲੀ ਨੂੰ ਆਪਣੇ ਸਕੂਲ ਦੀ ਵਰਦੀ ਬਾਰੇ ਇੱਕ ਈ-ਮੇਲ ਲਿਖਦੇ ਹੋ। ਲਿਖੋ :

- ਤੁਹਾਡੇ ਸਕੂਲ ਦੀ ਵਰਤਮਾਨ ਵਰਦੀ
- ਸਕੂਲ ਦੀ ਵਰਦੀ ਬਾਰੇ ਕੀ ਪਸੰਦ ਕਰਦੇ ਹੋ ਅਤੇ ਕਿਉਂ
- ਸਕੂਲ ਦੀ ਵਰਦੀ ਬਾਰੇ ਕੀ ਪਸੰਦ ਨਹੀਂ ਕਰਦੇ ਅਤੇ ਕਿਉਂ
- ਤੁਹਾਡੇ ਖ਼ਿਆਲ ਅਨੁਸਾਰ ਕੀ ਸਕੂਲ ਦੀ ਵਰਦੀ ਹੋਣੀ ਚਾਹੀਦੀ ਹੈ ਕਿ ਨਹੀਂ ਅਤੇ ਕਿਉਂ

ਪੰਜਾਬੀ ਵਿੱਚ ਲਗਭਗ 90 ਸ਼ਬਦ ਲਿਖੋ। ਹਰ ਭਾਗ ਬਾਰੇ ਕੁਝ ਲਿਖੋ। (F/H)

7. ਆਪਣੇ ਸਕੂਲ ਦੇ ਰਸਾਲੇ ਲਈ ਇੱਕ ਆਰਟੀਕਲ ਲਿਖੋ। ਇਸ ਵਿੱਚ ਹੇਠ-ਲਿਖੀਆਂ ਗੱਲਾਂ ਬਾਰੇ ਲਿਖੋ :

- ਸਕੂਲਾਂ ਵਿੱਚ ਗੁੰਡਾਗਰਦੀ/ਬੁਲੀਇੰਗ
- ਸਕੂਲਾਂ ਵਿੱਚ ਨਸ਼ਿਆਂ ਦੀ ਵਰਤੋਂ

ਪੰਜਾਬੀ ਵਿੱਚ ਲਗਭਗ 150 ਸ਼ਬਦ ਲਿਖੋ। ਦੋਨਾਂ ਭਾਗਾਂ ਬਾਰੇ ਲਿਖੋ। (H)

8. ਤੁਸੀਂ ਲੋਕਲ ਅਖ਼ਬਾਰ ਲਈ ਇੱਕ ਪੰਜਾਬੀ ਵਿੱਚ ਆਰਟੀਕਲ ਲਿਖਦੇ ਹੋ। ਲਿਖੋ :

- ਇੱਕ ਚੰਗੇ ਅਧਿਆਪਕ ਦੇ ਗੁਣ
- ਤੁਹਾਡੇ ਖ਼ਿਆਲ ਅਨੁਸਾਰ ਸਕੂਲ ਕਿਸ ਤਰ੍ਹਾਂ ਦੇ ਹੋਣੇ ਚਾਹੀਦੇ ਹਨ।

ਲਗਭਗ 150 ਸ਼ਬਦ ਪੰਜਾਬੀ ਵਿੱਚ ਲਿਖੋ। ਦੋਨਾਂ ਭਾਗਾਂ ਬਾਰੇ ਲਿਖੋ। (H)

9. Translate the following passage into Panjabi.

Our school is very big. It is a mixed school where boys and girls study together. Twelve hundred students attend this school. It has a modern and beautiful building which was built two years ago. The school provides good quality of education. However, although the GCSE results last year were very good, A Level students did not achieve high grades. (H)

10. Translate the following passage into Panjabi.

I like my school very much because I always feel happy and safe there. Discipline in school is good because school rules are very strict. There are no signs of any bullying because the head teacher and other teachers are always around. In some other schools in the city older students bully younger children but this is not happening in our school. (H)

Vocabulary :

Q 2 :	ਅਧਿਆਪਕ	—	teacher				
Q 3 :	ਸ਼ੁਰੂ ਹੁੰਦਾ	—	start	ਬੰਦ ਹੁੰਦਾ	—	finish
	ਵਰਦੀ	—	uniform			
Q 4 :	far	—	ਦੂਰ	daily/everyday	—	ਹਰ ਰੋਜ਼
	education	—	ਪੜ੍ਹਾਈ	play	—	ਖੇਡਦਾ/ਖੇਡਦੀ
	school rules	—	ਸਕੂਲ ਦੇ ਨਿਯਮ	lunch	—	ਦੁਪਹਿਰ ਦਾ ਖਾਣਾ
	behaviour	—	ਵਿਵਹਾਰ	always	—	ਸਦਾ
	sometimes	—	ਕਦੇ ਕਦੇ	quality	—	ਮਿਆਰ
Q 5 :	ਅਨੁਸ਼ਾਸਨ	—	discipline	ਨਿਯਮ	—	rules
Q 6 :	ਵਰਤਮਾਨ	—	present			
Q 7 :	ਨਸ਼ੇ	—	drugs	ਵਰਤੋਂ	—	use
Q 8 :	ਗੁਣ	—	qualities	ਅਨੁਸਾਰ	—	according to
Q 9 :	mixed	—	ਸਾਂਝਾ	boys	—	ਮੁੰਡੇ
	girls	—	ਕੁੜੀਆਂ	together	—	ਇਕੱਠੇ
	hundred	—	ਸੌ	modern	—	ਆਧੁਨਿਕ
	beautiful	—	ਸੁੰਦਰ/ਸੋਹਣਾ/ਸੋਹਣੀ	two years ago	—	ਦੋ ਸਾਲ ਪਹਿਲਾਂ
	built	—	ਬਣਾਈ ਗਈ	provides	—	ਦਿੰਦਾ/ਦਿੰਦੀ ਹੈ
	quality	—	ਕਿਸਮ	however	—	ਫਿਰ ਵੀ
	although	—	ਭਾਵੇਂ	achieve	—	ਹਾਸਲ ਕਰਨਾ
Q 10 :	because	—	ਕਿਉਂਕਿ	safe	—	ਮਹਿਫ਼ੂਜ਼
	discipline	—	ਅਨੁਸ਼ਾਸਨ	strict	—	ਸਖ਼ਤ
	bullying	—	ਗੁੰਡਾ-ਗਰਦੀ	other schools	—	ਦੂਜੇ ਸਕੂਲ
	some	—	ਕੁਝ	younger	—	ਛੋਟੇ

Topic 3 : Education post-16 (16 ਸਾਲ ਤੋਂ ਬਾਅਦ ਦੀ ਪੜ੍ਹਾਈ)

1. ਤੁਹਾਡਾ ਮਿੱਤਰ/ਤੁਹਾਡੀ ਸਹੇਲੀ ਤੁਹਾਨੂੰ ਇਹ ਤਸਵੀਰ ਭੇਜਦਾ/ਭੇਜਦੀ ਹੈ।

ਇਸ ਤਸਵੀਰ ਵਿੱਚ ਤੁਸੀਂ ਕੀ ਦੇਖਦੇ ਹੋ ? ਪੰਜਾਬੀ ਵਿੱਚ ਚਾਰ ਵਾਕ ਲਿਖੋ।

1. ....

2. ....

3. ....

4. .... (F)

2. ~~on the page~~ **Translate the following sentences into Panjabi.**

1. My sister works very hard to achieve good grades.

   ....

2. My friend does not want to go to university after his A' Levels.

   ....

3. I hope to study History, Geography and Panjabi for my A' Levels.

   ....

65

4. I will try my best to get good grades in my A' Levels.

....

5. After A' Levels I will study History in the university.

.... (F)

On Page

3. ਤੁਹਾਡਾ ਮਿੱਤਰ/ਤੁਹਾਡੀ ਸਹੇਲੀ ਤੁਹਾਨੂੰ ਤੁਹਾਡੇ ਸਕੂਲ/ਕਾਲਜ ਅਤੇ ਤੁਹਾਡੀ ਅਗਲੇਰੀ ਯੋਜਨਾ ਬਾਰੇ ਪੁੱਛਦਾ/ ਪੁੱਛਦੀ ਹੈ। ਉਸ ਨੂੰ ਇੱਕ ਈ-ਮੇਲ ਲਿਖੋ। ਤੁਸੀਂ ਹੇਠ-ਲਿਖੀਆਂ ਗੱਲਾਂ ਬਾਰੇ ਲਿਖ ਸਕਦੇ ਹੋ :

• ਸਕੂਲ/ਕਾਲਜ ਦੀ ਜ਼ਿੰਦਗੀ ਬਾਰੇ ਤੁਹਾਡੇ ਵਿਚਾਰ

• ਤੁਹਾਡੇ ਇਮਤਿਹਾਨ ਅਤੇ ਨਤੀਜੇ ਬਾਰੇ

• ਅਗਲੇ ਸਾਲ ਸਤੰਬਰ ਵਿੱਚ ਕੀ ਕਰੋਗੇ

• ਯੂਨੀਵਰਸਿਟੀ ਵਿੱਚ ਪੜ੍ਹਨ ਬਾਰੇ ਤੁਹਾਡੇ ਵਿਚਾਰ

ਪੰਜਾਬੀ ਵਿੱਚ ਲਗਭਗ 90 ਸ਼ਬਦ ਲਿਖੋ। ਹਰ ਭਾਗ ਬਾਰੇ ਕੁਝ ਲਿਖੋ।   (F/H)

4. ਤੁਸੀਂ ਆਪਣੇ ਇੱਕ ਪੰਜਾਬੀ ਮਿੱਤਰ/ਆਪਣੀ ਪੰਜਾਬੀ ਸਹੇਲੀ ਨੂੰ ਇੱਕ ਆਰਟੀਕਲ ਆਪਣੇ ਕਾਲਜ/ਸਕੂਲ ਬਾਰੇ ਲਿਖਦੇ ਹੋ।

• ਲਿਖੋ ਕਿ ਕਿਉਂ ਤੁਹਾਡਾ ਸਕੂਲ/ਕਾਲਜ ਇੱਕ ਚੰਗਾ ਸਕੂਲ/ਕਾਲਜ ਹੈ

• ਕੋਈ ਵਿਦਿਅਕ ਪ੍ਰੋਗਰਾਮ ਜੋ ਤੁਹਾਨੂੰ ਯਾਦ ਹੈ

ਪੰਜਾਬੀ ਵਿੱਚ ਲਗਭਗ 150 ਸ਼ਬਦ ਲਿਖੋ। ਦੋਨਾਂ ਭਾਗਾਂ ਬਾਰੇ ਲਿਖੋ।   (H)

5. **Translate the following passage into Panjabi.**

My friend Arvind is very clever and is good in his studies. He hopes to achieve grade 9 in all the GCSE examinations this year. Next year he will study A' Levels is Mathematics, Physics and Chemistry. He wants to become a doctor and therefore, he will study medicine in the university. His mother who is also a doctor helps Arvind in his studies.   (H)

Vocabulary :

Q 2 :	continue	— ਜਾਰੀ ਰੱਖਣਾ	examination —	ਇਮਤਿਹਾਨ
	study	— ਪੜ੍ਹਾਈ	history	— ਇਤਿਹਾਸ
	geography	— ਭੂਗੋਲ		
Q 3 :	ਨਤੀਜੇ	— results	ਅਗਲੇ ਸਾਲ	— next year
Q 4 :	ਵਿਦਿਅਕ	— educational	ਯਾਦ	— remember

Topic 4 : Jobs, Career Choices and Ambitions

1. ਤੁਹਾਡਾ ਮਿੱਤਰ/ਤੁਹਾਡੀ ਸਹੇਲੀ ਤੁਹਾਨੂੰ ਇਹ ਤਸਵੀਰ ਭੇਜਦਾ/ਭੇਜਦੀ ਹੈ।

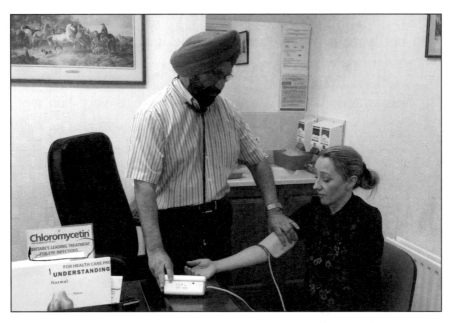

ਇਸ ਤਸਵੀਰ ਵਿੱਚ ਤੁਸੀਂ ਕੀ ਦੇਖਦੇ ਹੋ ? ਪੰਜਾਬੀ ਵਿੱਚ ਚਾਰ ਵਾਕ ਲਿਖੋ।

1. ....

2. ....

3. ....

4. .... (F)

2. ਆਪਣੇ ਮਿੱਤਰ/ਆਪਣੀ ਸਹੇਲੀ ਨੂੰ ਹੇਠ-ਲਿਖੀਆਂ ਨੌਕਰੀਆਂ ਬਾਰੇ ਇੱਕ ਇੱਕ ਵਾਕ ਲਿਖੋ :

• ਡਾਕਟਰ

• ਵਕੀਲ

• ਅਧਿਆਪਕ

• ਡਾਕੀਆ

ਚਾਰੇ ਨੌਕਰੀਆਂ ਬਾਰੇ ਪੰਜਾਬੀ ਵਿੱਚ ਲਗਭਗ 40 ਸ਼ਬਦ ਲਿਖੋ। (F)

3. Translate the following sentences into Panjabi.

1. My father is a teacher and my mother is a doctor.

....

2. I do not want to be a doctor because it is a hard job.

....

3. My sister wants to be a doctor because she is very hardworking.

....

4. I want to start my own business.

....

5. In business you can earn more money.

....

6. I work part-time every Saturday and Sunday.

....

7. I work for 8 hours each day.

....

8. It is very hard to get jobs these days.

....

9. My younger sister wants to become an air hostess.

....

10. My cousin brother is interested to become a policeman.

....

11. My friend's sister wants to work in her father's store.

....

12. Many young students like to become computer programmers as it is easy to find a job in this field.

.... (F)

4. ਆਪਣੇ ਚਾਚਾ ਜੀ ਨੂੰ ਇੱਕ ਈ-ਮੇਲ ਲਿਖੋ। ਤੁਸੀਂ ਹੇਠ-ਲਿਖੀਆਂ ਗੱਲਾਂ ਬਾਰੇ ਲਿਖ ਸਕਦੇ ਹੋ :

- ਆਪਣੀ ਪਾਰਟ ਟਾਈਮ ਨੌਕਰੀ ਬਾਰੇ
- ਤੁਹਾਡੀ ਮਨਪਸੰਦ ਨੌਕਰੀ
- ਕੋਈ ਕੰਮ ਦਾ ਤਜਰਬਾ
- ਆਪਣਾ ਕੰਮ ਸ਼ੁਰੂ ਕਰਨ ਬਾਰੇ

ਚਾਰੇ ਗੱਲਾਂ ਬਾਰੇ ਪੰਜਾਬੀ ਵਿੱਚ ਲਗਭਗ 40 ਸ਼ਬਦ ਲਿਖੋ। (F/H)

5. ਆਪਣੇ ਲੋਕਲ ਸਟੋਰ ਦੇ ਮੈਨੇਜਰ ਨੂੰ ਇੱਕ ਪਾਰਟ-ਟਾਈਮ ਨੌਕਰੀ ਬਾਰੇ ਇੱਕ ਈ-ਮੇਲ ਲਿਖੋ। ਇਸ ਵਿੱਚ ਤੁਸੀਂ ਹੇਠ-ਲਿਖੀਆਂ ਗੱਲਾਂ ਬਾਰੇ ਲਿਖ ਸਕਦੇ ਹੋ :

- ਪਾਰਟ-ਟਾਈਮ ਕੰਮ ਕਿਉਂ ਕਰਨਾ ਚਾਹੁੰਦੇ ਹੋ
- ਆਪਣੀ ਪੜ੍ਹਾਈ ਬਾਰੇ
- ਇਸ ਕੰਮ ਬਾਰੇ ਕੋਈ ਪਹਿਲਾ ਤਜਰਬਾ
- ਤੁਸੀਂ ਕਦੋਂ ਕੰਮ ਸ਼ੁਰੂ ਕਰ ਸਕਦੇ ਹੋ ਅਤੇ ਕਿਉਂ

ਪੰਜਾਬੀ ਵਿੱਚ ਲਗਭਗ 90 ਸ਼ਬਦ ਲਿਖੋ। ਚਾਰੇ ਗੱਲਾਂ ਬਾਰੇ ਕੁਝ ਲਿਖੋ। (F/H)

6. ਆਪਣੇ ਮਿੱਤਰ/ਆਪਣੀ ਸਹੇਲੀ ਨੂੰ ਆਪਣੇ ਪਾਰਟ-ਟਾਈਮ ਕੰਮ ਬਾਰੇ ਇੱਕ ਈ-ਮੇਲ ਲਿਖੋ। ਤੁਸੀਂ ਹੇਠ-ਲਿਖੀਆਂ ਗੱਲਾਂ ਬਾਰੇ ਲਿਖ ਸਕਦੇ ਹੋ :

- ਦੱਸੋ ਤੁਸੀਂ ਕੀ ਪਾਰਟ-ਟਾਈਮ ਕੰਮ ਕੀਤਾ ਅਤੇ ਕਿੱਥੇ
- ਪਾਰਟ-ਟਾਈਮ ਕੰਮ ਦੇ ਫ਼ਾਇਦੇ
- ਪਾਰਟ-ਟਾਈਮ ਕੰਮ ਦੇ ਨੁਕਸਾਨ
- ਪਾਰਟ-ਟਾਈਮ ਕੰਮ ਕਰਨ ਬਾਰੇ ਆਪਣੇ ਮਿੱਤਰ/ਸਹੇਲੀ ਨੂੰ ਕੀ ਸਲਾਹ ਦਿਓਗੇ

ਪੰਜਾਬੀ ਵਿੱਚ ਲਗਭਗ 90 ਸ਼ਬਦ ਲਿਖੋ। ਚਾਰੇ ਗੱਲਾਂ ਬਾਰੇ ਕੁਝ ਲਿਖੋ। (F/H)

7. ਆਪਣੇ ਚਾਚਾ ਜੀ/ਚਾਚੀ ਜੀ ਨੂੰ ਆਪਣੇ ਕੰਮ ਦੇ ਤਜਰਬੇ ਬਾਰੇ ਇੱਕ ਈ-ਮੇਲ ਲਿਖੋ। ਇਸ ਵਿੱਚ ਤੁਸੀਂ ਹੇਠ-ਲਿਖੀਆਂ ਗੱਲਾਂ ਬਾਰੇ ਲਿੱਖ ਸਕਦੇ ਹੋ।

- ਤੁਸੀਂ ਕਿੱਥੇ ਕੰਮ ਦਾ ਤਜਰਬਾ ਕੀਤਾ ਅਤੇ ਕਿੰਨੇ ਚਿਰ ਲਈ
- ਆਪਣੇ ਕੰਮ ਬਾਰੇ ਦੱਸੋ ਕਿ ਤੁਸੀਂ ਕੀ ਕਰਦੇ ਸੀ
- ਇਸ ਕੰਮ ਬਾਰੇ ਤੁਸੀਂ ਕੀ ਪਸੰਦ ਕੀਤਾ ਅਤੇ ਕਿਉਂ
- ਇਸ ਕੰਮ ਬਾਰੇ ਕੀ ਪਸੰਦ ਨਹੀਂ ਕੀਤਾ ਅਤੇ ਕਿਉਂ

ਪੰਜਾਬੀ ਵਿੱਚ ਲਗਭਗ 90 ਸ਼ਬਦ ਲਿਖੋ। ਚਾਰੇ ਭਾਗਾਂ ਬਾਰੇ ਕੁਝ ਲਿਖੋ। (F/H)

8. ਆਪਣੇ ਮਾਮਾ ਜੀ/ਮਾਮੀ ਜੀ ਨੂੰ ਇੱਕ ਈ-ਮੇਲ ਲਿਖੋ, ਜਿਸ ਵਿੱਚ ਤੁਸੀਂ ਹੇਠ-ਲਿਖੀਆਂ ਗੱਲਾਂ ਬਾਰੇ ਲਿਖ ਸਕਦੇ ਹੋ।

- ਤੁਹਾਡੀ ਮਨਪਸੰਦ ਨੌਕਰੀ ਕੀ ਹੈ ਅਤੇ ਕਿਉਂ

- ਇਹ ਨੌਕਰੀ ਲੈਣ ਲਈ ਤੁਸੀਂ ਕਿਹੜੀ ਪੜ੍ਹਾਈ ਕਰਦੇ ਹੋ

- ਜੇ ਤੁਹਾਨੂੰ ਆਪਣੇ ਮਨਪਸੰਦ ਦੀ ਨੌਕਰੀ ਨਾ ਮਿਲੇ ਤਾਂ ਤੁਸੀਂ ਕੀ ਕਰੋਗੇ

- ਆਪਣਾ ਕਾਰੋਬਾਰ ਸ਼ੁਰੂ ਕਰਨ ਬਾਰੇ ਤੁਹਾਡੇ ਕੀ ਵਿਚਾਰ ਹਨ ਅਤੇ ਕਿਉਂ

ਪੰਜਾਬੀ ਵਿੱਚ ਲਗਭਗ 90 ਸ਼ਬਦ ਲਿਖੋ। ਚਾਰੇ ਭਾਗਾਂ ਬਾਰੇ ਕੁਝ ਲਿਖੋ।   (F/H)

[handwritten: 10 min / 9 min]

9. ਤੁਸੀਂ ਆਪਣੇ ਸਕੂਲ ਦੇ ਰਸਾਲੇ ਲਈ ਇੱਕ ਆਰਟੀਕਲ ਲਿਖਦੇ ਹੋ। ਤੁਸੀਂ ਹੇਠ-ਲਿਖੀਆਂ ਗੱਲਾਂ ਬਾਰੇ ਲਿਖ ਸਕਦੇ ਹੋ :

[handwritten: Article]

- ਪੰਜਾਬੀ ਮਾਪਿਆਂ ਦੀਆਂ ਆਪਣੇ ਬੱਚਿਆਂ ਦੀਆਂ ਨੌਕਰੀਆਂ ਬਾਰੇ ਆਸਾਂ [handwritten: What they think]

- ਬੱਚੇ ਆਪਣੇ ਮਾਪਿਆਂ ਦੀਆਂ ਆਸਾਂ 'ਤੇ ਕਿਵੇਂ ਪੂਰੇ ਉਤਰਦੇ ਹਨ [handwritten: pressure / Do they completed]

ਪੰਜਾਬੀ ਵਿੱਚ ਲਗਭਗ 150 ਸ਼ਬਦ ਲਿਖੋ। ਦੋਨਾਂ ਭਾਗਾਂ ਬਾਰੇ ਲਿਖੋ।   (H)

[handwritten: hot tension]

10. ਤੁਸੀਂ ਇੱਕ ਲੋਕਲ ਅਖ਼ਬਾਰ ਲਈ ਇੱਕ ਆਰਟੀਕਲ ਲਿਖਦੇ ਹੋ। ਇਸ ਵਿੱਚ ਤੁਸੀਂ ਹੇਠ-ਲਿਖੀਆਂ ਗੱਲਾਂ ਬਾਰੇ ਲਿਖ ਸਕਦੇ ਹੋ :

- ਵੱਖ ਵੱਖ ਨੌਕਰੀਆਂ ਬਾਰੇ ਤੁਹਾਡੇ ਵਿਚਾਰ [handwritten: link to the first point.]

- ਆਪਣੀ ਮਨਪਸੰਦ ਨੌਕਰੀ ਲੈਣ ਲਈ ਤੁਸੀਂ ਕੀ ਤਿਆਰੀ ਕਰਦੇ ਹੋ [handwritten: study / experience]

ਪੰਜਾਬੀ ਵਿੱਚ ਲਗਭਗ 150 ਸ਼ਬਦ ਲਿਖੋ। ਦੋਨਾਂ ਭਾਗਾਂ ਬਾਰੇ ਲਿਖੋ।   (H)

11. ਤੁਸੀਂ ਇੱਕ ਅਖ਼ਬਾਰ ਲਈ ਬੇਰੁਜ਼ਗਾਰੀ ਬਾਰੇ ਇੱਕ ਆਰਟੀਕਲ ਲਿਖਦੇ ਹੋ। ਇਸ ਵਿੱਚ ਤੁਸੀਂ ਹੇਠ-ਲਿਖੀਆਂ ਗੱਲਾਂ ਬਾਰੇ ਲਿਖ ਸਕਦੇ ਹੋ :

- ਅੱਜ-ਕੱਲ੍ਹ ਬੇਰੁਜ਼ਗਾਰੀ ਦੀ ਸਮੱਸਿਆ

- ਗੌਰਮਿੰਟ ਨੂੰ ਨੌਜਵਾਨਾਂ ਲਈ ਵੱਧ ਨੌਕਰੀਆਂ ਪੈਦਾ ਕਰਨ ਲਈ ਕੀ ਕਰਨਾ ਚਾਹੀਦਾ ਹੈ।

ਪੰਜਾਬੀ ਵਿੱਚ ਲਗਭਗ 150 ਸ਼ਬਦ ਲਿਖੋ। ਦੋਨਾਂ ਭਾਗਾਂ ਬਾਰੇ ਲਿਖੋ।   (H)

12. **Translate the following passage into Panjabi.**

My sister is a teacher in a primary school. She likes her job very much because she gets many holidays in a year. Also she likes working with young children. The school where she teaches is not very far from her home. She often walks to school. When the weather is not good she goes to school in her car.   (H)

13. **Translate the following passage into Panjabi.**

My brother is doing A Levels this year. After finishing his A Levels, he will go to the university to study law. He wants to become a lawyer because he likes this job very much. After finishing his law degree, he will work in his father's law firm. (H)

14. **Translate the following passage into Panjabi.**

After finishing his A Levels my friend Amarjit does not want to go to the university for higher education. He wants to start his own business. He thinks there is no use of getting higher education as many people do not always get jobs according to their qualifications. His father who is a rich man will help Amarjit financially in starting his business. (H)

15. **Translate the following passage into Panjabi.**

After completing my degree in engineering, I will do some research work. The problem of traffic congestion is increasing everywhere in the world and I want to do something about it. My dream is to provide electric cars which will fly like aeroplanes over the present roads. Therefore, I will open an engineering college which will produce future engineers who will work in my newly opened car factory to produce such electric cars. (H)

Vocabulary :

Q 2 :	ਵਕੀਲ	— solicitor	ਡਾਕੀਆ	— postman	
Q 3 :	because	— ਕਿਉਂਕਿ	hard job	— ਔਖਾ ਕੰਮ	
	hard working	— ਮਿਹਨਤੀ	business	— ਵਿਉਪਾਰ	
	money	— ਪੈਸੇ	cousin	— ਚਾਚੇ ਦਾ ਮੁੰਡਾ/ਕੁੜੀ	
	interested	— ਦਿਲਚਸਪੀ ਰੱਖਦਾ ਹੈ	field	— ਖੇਤਰ	
Q 4 :	ਨੌਕਰੀ	— job	ਤਜਰਬਾ	— experience	
Q 5 :	ਕੰਮ	— job	ਪਹਿਲਾ ਤਜਰਬਾ	— previous experience	
Q 6 :	ਫ਼ਾਇਦੇ	— advantages	ਨੁਕਸਾਨ	— disadvantages	
	ਸਲਾਹ ਦੇਣਾ	— advise			
Q 8 :	ਕਾਰੋਬਾਰ	— business			

Q 9 :	ਮਾਪੇ	— parents		ਬੱਚੇ	— children	
	ਆਸਾਂ	— hopes				
Q 10 :	ਤਿਆਰੀ	— preparation				
Q 11 :	ਅੱਜ-ਕੱਲ	— now a days/these days				
	ਬੇਰੁਜ਼ਗਾਰੀ	— unemployment		ਸਮੱਸਿਆ	— problem	
	ਨੌਜਵਾਨ	— young people				
Q 12 :	holidays	— ਛੁੱਟੀਆਂ		young children	— ਛੋਟੇ ਬੱਚੇ	
	often	— ਅਕਸਰ		weather	— ਮੌਸਮ	
Q 14 :	higher education	— ਉੱਚੀ ਵਿੱਦਿਆ		own business	— ਆਪਣਾ ਕਾਰੋਬਾਰ	
	no use	— ਕੋਈ ਫ਼ਾਇਦਾ ਨਹੀਂ		rich	— ਅਮੀਰ	
	financially	— ਮਾਇਕ ਤੌਰ 'ਤੇ		qualifications	— ਯੋਗਤਾਵਾਂ	
Q 15 :	complete	— ਖ਼ਤਮ ਕਰਨਾ		research work	— ਖੋਜ ਦਾ ਕੰਮ	
	something	— ਕੁਝ		congestion	— ਭੀੜ	
	dream	— ਸੁਪਨਾ		electric	— ਬਿਜਲੀ	
	fly	— ਉੱਡਣਾ		aeroplane	— ਹਵਾਈ ਜਹਾਜ਼	
	therefore	— ਇਸ ਲਈ		produce	— ਪੈਦਾ ਕਰਨਾ	
	future	— ਭਵਿੱਖ				

GCSE Panjabi Model Paper

• Foundation Tier Paper 4 Writing

Time allowed : 1 hour   Marks : 50

Answer all questions in Panjabi.

You must answer Questions 1, 2 and 3.

You must answer either Question 4.1 or Question 4.2. Do not answer both of these questions. The marks for questions are shown in brackets. The use of dictionary is not allowed during the test.

To score the highest marks in Question 4.1/Question 4.2, you must write something about each bullet point using a variety of vocabulary and structures. You must also include your own opinions.

0 1 **ਤੁਸੀਂ ਆਪਣੇ ਵਟਸਐੱਪ 'ਤੇ ਇਹ ਤਸਵੀਰ ਦੇਖਦੇ ਹੋ।**

ਇਸ ਤਸਵੀਰ ਵਿੱਚ ਤੁਸੀਂ ਕੀ ਦੇਖਦੇ ਹੋ ? ਪੰਜਾਬੀ ਵਿੱਚ ਚਾਰ ਵਾਕ ਲਿਖੋ।

0 1 . 1 .... (2 marks)

0 1 . 2 .... (2 marks)

0 1 . 3 .... (2 marks)

0 1 . 4 .... (2 marks)

0 2 **ਤੁਹਾਡੇ ਮਿੱਤਰ/ਤੁਹਾਡੀ ਸਹੇਲੀ ਨੇ ਤੁਹਾਨੂੰ ਤੁਹਾਡੇ ਵਿਹਲੇ ਸਮੇਂ ਬਾਰੇ ਪੁੱਛਿਆ ਹੈ। ਉਸ ਨੂੰ ਈ-ਮੇਲ ਲਿਖੋ ਕਿ ਤੁਸੀਂ ਆਪਣਾ ਵਿਹਲਾ ਸਮਾਂ ਕਿਸ ਤਰ੍ਹਾਂ ਗੁਜ਼ਾਰਦੇ ਹੋ। ਤੁਸੀਂ ਹੇਠ-ਲਿਖੀਆਂ ਗੱਲਾਂ ਬਾਰੇ ਲਿਖ ਸਕਦੇ ਹੋ :**

- ਮਿੱਤਰਾਂ/ਸਹੇਲੀਆਂ ਨੂੰ ਮਿਲਣਾ
- ਖੇਡਾਂ ਖੇਡਣਾ
- ਪੰਜਾਬੀ ਗਾਣੇ ਸੁਣਨਾ
- ਫ਼ਿਲਮਾਂ ਦੇਖਣਾ

ਪੰਜਾਬੀ ਵਿਚ 40 ਸ਼ਬਦ ਲਿਖੋ। ਚਾਰੇ ਗੱਲਾਂ ਬਾਰੇ ਲਿਖੋ। (16 marks)

0 3   **Translate the following sentences into Panjabi.**

1. I have a television in my bedroom.

2. I go to school with my sister.

3. We eat our dinner at 7 pm.

4. I go to learn Panjabi every Saturday.

5. I went to see the cricket match with my father last Sunday.

(10 marks)

Answer either Question 4.1 or Question 4.2.
You must not anwser both of these questions.

EITHER Question 4.1

0 4 . 1   ਤੁਸੀਂ ਆਪਣਾ ਸਕੂਲ ਬਦਲਿਆ ਹੈ ਅਤੇ ਆਪਣੇ ਬਲੌਗ ਵਿੱਚ ਤੁਸੀਂ ਆਪਣੇ ਨਵੇਂ ਸਕੂਲ ਬਾਰੇ ਦੱਸ ਰਹੇ ਹੋ।
ਹੇਠ-ਲਿਖੀਆਂ ਗੱਲਾਂ ਬਾਰੇ ਲਿਖੋ :

- ਤੁਸੀਂ ਸਕੂਲ ਕਿਉਂ ਬਦਲਿਆ ਸੀ

- ਨਵੇਂ ਸਕੂਲ ਦੇ ਇਲਾਕੇ ਬਾਰੇ

- ਨਵੇਂ ਸਕੂਲ ਬਾਰੇ ਕੀ ਪਸੰਦ ਕਰਦੇ ਹੋ ਅਤੇ ਕੀ ਪਸੰਦ ਨਹੀਂ ਕਰਦੇ ਅਤੇ ਕਿਉਂ

- ਅਗਲੇ ਸਾਲ ਛੁੱਟੀਆਂ ਕਿਸ ਤਰ੍ਹਾਂ ਗੁਜ਼ਾਰੋਗੇ

ਪੰਜਾਬੀ ਵਿੱਚ ਲਗਭਗ 90 ਸ਼ਬਦ ਲਿਖੋ। ਹਰ ਭਾਗ ਬਾਰੇ ਕੁਝ ਲਿਖੋ।   (16 marks)

OR Question 4.2

0 4 . 2   ਤੁਸੀਂ ਆਪਣੇ ਪਰਿਵਾਰ ਬਾਰੇ ਇੱਕ ਬਲੌਗ ਲਿਖ ਰਹੇ ਹੋ।
ਹੇਠ-ਲਿਖੀਆਂ ਗੱਲਾਂ ਬਾਰੇ ਲਿਖੋ :

- ਤੁਹਾਡੇ ਪਰਿਵਾਰ ਵਿੱਚ ਕੌਣ ਕੌਣ ਹੈ

- ਘਰ ਵਿੱਚ ਆਪਣੇ ਪਰਿਵਾਰ ਦੀ ਤੁਸੀਂ ਕੀ ਅਤੇ ਕਿਸ ਤਰ੍ਹਾਂ ਸਹਾਇਤਾ ਕਰਦੇ ਹੋ

- ਪਿਛਲੇ ਸਾਲ ਤੁਸੀਂ ਆਪਣਾ ਜਨਮ ਦਿਨ ਕਿਸ ਤਰ੍ਹਾਂ ਮਨਾਇਆ ਸੀ

- ਤੁਹਾਡੇ ਆਪਣੇ ਵਿਆਹ ਕਰਾਉਣ ਬਾਰੇ ਵਿਚਾਰ

ਪੰਜਾਬੀ ਵਿੱਚ ਲਗਭਗ 90 ਸ਼ਬਦ ਲਿਖੋ। ਹਰ ਭਾਗ ਬਾਰੇ ਕੁਝ ਲਿਖੋ।   (16 marks)

• Higher Tier Paper 4 Writing

Time allowed : 1 hour 15 minutes   Marks : 60

Answer all questions in Panjabi.

You must answer either Question 1.1 or Question 1.2.

Do not answer both of these questions.

The marks for questions are shown in brackets.

You are not allowed to use a dictionary during the test.

To score the highest marks in Question 1.1 and Question 1.2 you must write something about each bullet point, using a variety of vocabulary and structures. You must also write your opinions.

To score the highest marks in Question 2.1 and Question 2.2 you must write something about both bullet points using a variety of vocabulary and structures. You must also write your opinions and reasons.

Answer either Question 1.1 or Question 1.2.
You must not anwser both of these questions.

EITHER Question 1.1

0 1 . 1 **ਤੁਸੀਂ ਆਪਣਾ ਸਕੂਲ ਬਦਲਿਆ ਹੈ ਅਤੇ ਆਪਣੇ ਬਲੌਂਗ ਵਿੱਚ ਤੁਸੀਂ ਆਪਣੇ ਨਵੇਂ ਸਕੂਲ ਬਾਰੇ ਦੱਸ ਰਹੇ ਹੋ।**
ਹੇਠ-ਲਿਖੀਆਂ ਗੱਲਾਂ ਬਾਰੇ ਲਿਖੋ :

- ਤੁਸੀਂ ਸਕੂਲ ਕਿਉਂ ਬਦਲਿਆ ਸੀ
- ਨਵੇਂ ਸਕੂਲ ਦੇ ਇਲਾਕੇ ਬਾਰੇ
- ਨਵੇਂ ਸਕੂਲ ਬਾਰੇ ਕੀ ਪਸੰਦ ਕਰਦੇ ਹੋ ਅਤੇ ਕੀ ਪਸੰਦ ਨਹੀਂ ਕਰਦੇ ਅਤੇ ਕਿਉਂ
- ਅਗਲੇ ਸਾਲ ਛੁੱਟੀਆਂ ਕਿਸ ਤਰ੍ਹਾਂ ਗੁਜ਼ਾਰੋਗੇ

ਪੰਜਾਬੀ ਵਿੱਚ ਲਗਭਗ 90 ਸ਼ਬਦ ਲਿਖੋ। ਹਰ ਭਾਗ ਬਾਰੇ ਕੁਝ ਲਿਖੋ। (16 marks)

OR Question 1.2

0 1 . 2 **ਤੁਸੀਂ ਆਪਣੇ ਪਰਿਵਾਰ ਬਾਰੇ ਇੱਕ ਬਲੌਂਗ ਲਿਖ ਰਹੇ ਹੋ।**
ਹੇਠ-ਲਿਖੀਆਂ ਗੱਲਾਂ ਬਾਰੇ ਲਿਖੋ :

- ਤੁਹਾਡੇ ਪਰਿਵਾਰ ਵਿੱਚ ਕੌਣ ਕੌਣ ਹੈ
- ਘਰ ਵਿੱਚ ਆਪਣੇ ਪਰਿਵਾਰ ਦੀ ਤੁਸੀਂ ਕੀ ਅਤੇ ਕਿਸ ਤਰ੍ਹਾਂ ਸਹਾਇਤਾ ਕਰਦੇ ਹੋ
- ਪਿਛਲੇ ਸਾਲ ਤੁਸੀਂ ਆਪਣਾ ਜਨਮ ਦਿਨ ਕਿਸ ਤਰ੍ਹਾਂ ਮਨਾਇਆ ਸੀ
- ਤੁਹਾਡੇ ਆਪਣੇ ਵਿਆਹ ਕਰਾਉਣ ਬਾਰੇ ਵਿਚਾਰ

ਪੰਜਾਬੀ ਵਿੱਚ ਲਗਭਗ 90 ਸ਼ਬਦ ਲਿਖੋ। ਹਰ ਭਾਗ ਬਾਰੇ ਕੁਝ ਲਿਖੋ। (16 marks)

Answer either Question 2.1 or Question 2.2.
You must not anwser both of these questions.

EITHER Question 2.1

0 2 . 1 **ਤੁਸੀਂ ਚੰਗੀ ਸਿਹਤ ਬਾਰੇ ਇੱਕ ਲੇਖ ਲਿਖਦੇ ਹੋ।**
ਤੁਸੀਂ ਹੇਠ-ਲਿਖੀਆਂ ਗੱਲਾਂ ਬਾਰੇ ਲਿਖ ਸਕਦੇ ਹੋ:

- ਤੁਸੀਂ ਆਪਣੇ ਆਪ ਨੂੰ ਖ਼ੁਸ਼, ਫਿਟ ਅਤੇ ਤੰਦਰੁਸਤ ਰਹਿਣ ਲਈ ਕੀ ਕਰਦੇ ਹੋ।
- ਆਪਣੇ ਇਲਾਕੇ ਦੇ ਵਾਤਾਵਰਣ ਨੂੰ ਹੋਰ ਸਿਹਤਮੰਦ ਬਣਾਉਣ ਲਈ ਤੁਸੀਂ ਕੀ ਸੁਝਾਅ ਦਿਓਗੇ।

ਪੰਜਾਬੀ ਵਿੱਚ ਲਗਭਗ 150 ਸ਼ਬਦ ਲਿਖੋ। ਦੋਨਾਂ ਭਾਗ ਬਾਰੇ ਕੁਝ ਲਿਖੋ। (32 marks)

OR Question 2.2

0 2 . 2 **ਤੁਸੀਂ ਪੰਜਾਬੀ ਰਸਾਲੇ ਲਈ ਇੱਕ ਆਰਟੀਕਲ ਲਿਖਦੇ ਹੋ।**
ਤੁਸੀਂ ਹੇਠ-ਲਿਖੀਆਂ ਗੱਲਾਂ ਬਾਰੇ ਲਿਖ ਸਕਦੇ ਹੋ:

- ਜ਼ਿੰਦਗੀ ਵਿੱਚ ਛੁੱਟੀਆਂ ਦੀ ਮਹੱਤਤਾ
- ਪਿਛਲੀਆਂ ਛੁੱਟੀਆਂ ਬਾਰੇ ਜੋ ਤੁਹਾਨੂੰ ਬਹੁਤ ਚੰਗੀਆਂ ਲੱਗੀਆਂ

ਪੰਜਾਬੀ ਵਿੱਚ ਲਗਭਗ 150 ਸ਼ਬਦ ਲਿਖੋ। ਦੋਨਾਂ ਭਾਗ ਬਾਰੇ ਕੁਝ ਲਿਖੋ। (32 marks)

0 3 **Translate the following passage into Panjabi.**

I have a younger sister. She is very clever in her studies. Last year we went to India with our parents. We went during our summer holidays. It was very hot there. We visited many places and also saw the golden temple. It is very beautiful and we both liked it very much. (12 marks)

Assessment Criteria – Writing

4.8.4.1 Foundation Tier

Marks will be allocated in the following way at Foundation Tier:

	Communi-cation	Content	Quality of language	Conveying key messages	Application of grammatical knowledge of language and structures	Total
Question 1	8	–	–	–	–	8
Question 2	–	10	6	–	–	16
Question 3	–	–	–	5	5	10
Question 4	–	10	6	–	–	16
Total	8	20	12	5	5	50

Question 1 (8 marks)

Students are required to write four sentences. Each sentence is marked according to the following criteria.

Mark	Communication
2	The relevant message is clearly communicated.
1	The message is relevant but has some ambiguity and causes a delay in communication.
0	The message is irrelevant or cannot be understood.

Question 2 (16 marks)

There are four compulsory bullet points, assessed for content (10 marks) and quality of language (6 marks), as specified in the criteria below. The student is expected to produce approximately 40 words over the whole question. The number of words is approximate; examiners will mark all work produced by the student.

Content

Level	Mark	Response
5	9-10	A full coverage of the required information. Communcation is clear.

Level	Mark	Response
4	7-8	A good coverage of the required information. Communication is mostly clear but perhaps with occasional lapses.
3	5-6	A reasonable coverage of the required information. Communication is generally clear but there are likely to be lapses.
2	3-4	A partial coverage of the required information. Communication is sometimes clear but there are instances where messages are not conveyed.
1	1-2	A minimal coverage of the required information. Communication is often not clear and there may be frequent instances where messages are not conveyed.
0	0	The content does not meet the standard required for Level 1 at this tier.

Quality of language

Level	Mark	Response
3	5-6	Uses a variety of appropriate vocabulary and grammatical structures. Generally accurate.
2	3-4	Vocabulary and grammatical structures generally appropriate to the task, with some attempt at variety. More accurate than inaccurate.
1	1-2	Vocabulary and structures used may be limited, repetitive or inappropriate. There may be frequent errors.
0	0	The language produced does not meet the standard required for Level 1 at this tier.

Notes

A mark of zero for content automatically results in a mark of zero for quality of language, but apart from that, the content mark does not limit the mark for quality of language.

Question 3 (10 marks)

The translation is assessed for conveying key messages (5 marks) and application of grammatical knowledge of language and structures (5 marks), as specified in the criteria below. When awarding the marks, the student's response across all five sentences should be considered as a whole.

Conveying key messages

Level	Mark	Response
5	5	All key messages are conveyed.
4	4	Nearly all key messages are conveyed.
3	3	Most key messages are conveyed.
2	2	Some key messages are conveyed.
1	1	Few key messages are conveyed.
0	0	No key messages are conveyed.

Application of grammatical knowledge of language and structures

Level	Mark	Response
5	5	Very good knowledge of vocabulary and structures; highly accurate.
4	4	Good knowledge of vocabulary and structures; generally accurate.
3	3	Reasonable knowledge of vocabulary and structures; more accurate than inaccurate.
2	2	Limited knowledge of vocabulary and structures; generally inaccurate.
1	1	Very limited knowledge of vocabulary and structures; highly inaccurate.
0	0	The lanugage produced does not meet the standard required for Level 1 at this tier.

Notes

A mark of zero for conveying key messages automatically results in a mark of zero for application of grammatical knowledge of language and structures, but apart from that, the conveying key messages mark does not limit the mark for application of grammatical knowledge of language and structures.

Question 4 (16 marks)

There are four compulsory bullet points, assessed for content (10 marks) and quality of language (6 marks), as specified in the criteria below. The student is expected to produce approximately 90 words over the whole question. The number of words expected is approximate; examiners will mark all work produced by the student.

Content

Level	Mark	Response
5	9-10	A very good response covering all aspects of the task. Communication is clear and a lot of information is conveyed. Opinions are expressed.
4	7-8	A good response covering all aspects of the task. Communication is mostly clear but perhaps with occasional lapses. Quite a lot of information is conveyed. Opinions are expressed.
3	5-6	A reasonable response covering almost all aspects of the task. Communcation is generally clear but there are likely to be lapses. Some information is conveyed. An opinion is expressed.
2	3-4	A basic response covering some aspects of the task. Communication is sometimes clear but there are instances where messages break down. Little information is conveyed. An opinion is expressed.
1	1-2	A limited response covering some aspects of the task. Communciation is often not clear and there may be frequent instances where messages break down. Very little information is conveyed. There may be no opinions expressed.
0	0	The content does not meet the standard required for Level 1 at this tier.

Notes

There may be some imbalance in the coverage of the four compulsory bullet points but, provided at least some coverage of all bullet points is evident, students will have access to full marks where the other criteria are met.

Quality of language

Level	Mark	Response
3	5-6	A variety of appropriate vocabulary is used. Complex structures and sentences are attempted. There are references to three time frames, which are largely successful. Errors are mainly minor. Some more serious errors may occur, particularly in complex structures and sentences, but the intended meaning is nearly always clear. The style and register are appropriate.

Level	Mark	Response
2	3-4	Some variety of appropriate vocabulary is used. There may be some attempt at complex structures and sentences. There are references to at least two different time frames, although these may not always be successful. There may be some major errors, and more frequent minor errors, but overall the response is more accurate than inaccurate and the intended meaning is usually clear. The style and register may not always be appropriate.
1	1-2	The range of vocabulary may be narrow, repetitive and/or inappropriate to the needs of the task. Sentences are mainly short and simple or may not be properly constructed. There may be frequent major and minor errors. Little or no awareness of style and register.
0	0	The language produced does not meet the standard required for Level 1 at this tier.

Notes

(a) A major error is one which seriously affects communication.

(b) A mark of zero for content automatically results in a mark of zero of quality of language. Apart from that, the content mark does not limit the mark for quality of language.

4.8.4.2 Higher Tier

Marks will be allocated in the following way of Higher Tier:

	Content	Quality of language	Range of language	Accuracy	Conveying key messages	Application of grammatical knowledge of language and structures	Total
Question 1	10	6	–	–	–	–	16
Question 2	15	–	12	5	–	–	32
Question 3	–	–	–	–	6	6	12
Total	25	6	12	5	6	6	60

Question 1 (16 marks)

There are four compulsory bullet points, assessed for content (10 marks) and quality of language (6 marks), as specified in the criteria below. The student is expected to produce approximately 90 words over the whole question. The number of words expected is approximate; examiners will mark all work produced by the student.

Content

Level	Mark	Response
5	9-10	A very good response covering all aspects of the task. Communication is clear and a lot of information is conveyed. Opinions are expressed.
4	7-8	A good response covering all aspects of the task. Communication is mostly clear but perhaps with occasional lapses. Quite a lot of information is conveyed. Opinions are expressed.
3	5-6	A reasonable response covering almost all aspects of the task. Communcation is generally clear but there are likely to be lapses. Some information is conveyed. An opinion is expressed.
2	3-4	A basic response covering some aspects of the task. Communication is sometimes clear but there are instances where messages break down. Little information is conveyed. An opinion is expressed.
1	1-2	A limited response covering some aspects of the task. Communication is often not clear and there may be frequent instances where messages break down. Very little information is conveyed. There may be no opinions expressed.
0	0	The content does not meet the standard required for Level 1 at this tier.

Notes

There may be some imbalance in the coverage of the four compulsory bullet points but, provided at least some coverage of all bullet points is evident, students will have access to full marks where the other criteria are met.

Quality of language

Level	Mark	Response
3	5-6	A variety of appropriate vocabulary is used. Complex structures and sentences are attempted. There are references to three time frames, which are largely successful. Errors are mainly minor. Some more serious errors may occur, particularly in complex structures and sentences, but the intended meaning is nearly always clear. The style and register are appropriate.

Level	Mark	Response
2	3-4	Some variety of appropriate vocabulary is used. There may be some attempt at complex structures and sentences. There are references to at least two different time frames, although these may not always be successful. There may be some major errors, and more frequent minor errors, but overall the response is more accurate than inaccurate and the intended meaning is usually clear. The style and register may not always be appropriate.
1	1-2	The range of vocabulary may be narrow, repetitive and/or inappropriate to the needs of the task. Sentences are mainly short and simple or may not be properly constructed. There may be frequent major and minor errors. Little or no awareness of style and register.
0	0	The language produced does not meet the standard required for Level 1 at this tier.

Notes

(a) A major error is one which seriously affects communication.

(b) A mark of zero for content automatically results in a mark of zero for quality of language. Apart from that, the content mark does not limit the mark for quality of language.

Question 2 (32 marks)

There are two compulsory bullet points, assessed for content (15 marks), range of language (12 marks) and accuracy (5 marks), as specified in the criteria below. The student is expected to produce approximately 150 words over the whole question. The number of words expected is approximate; examiners will mark all work produced by the student.

Content

Level	Mark	Response
5	13-15	An excellent response which is fully relevant and detailed, conveying a lot of information. Communication is clear with little or no ambiguity. Opinions are expressed and justified.
4	10-12	A very good response which is almost always relevant and which conveys a lot of information. Communication is mostly clear but there are a few ambiguities. Opinions are expressed and justified.
3	7-9	A good response which is generally relevant with quite a lot of information conveyed. Communication is usually clear but there are some ambiguities. Opinions are expressed and may be justified.

Level	Mark	Response
2	4-6	A reasonable response with some relevant information conveyed. Communication is sometimes clear but there may be instances where messages break down. An opinion is expressed.
1	1-3	A basic response which conveys a limited amount of relevant information. Communication may not be clear and there are instances where messages break down. An opinion may be expressed.
0	0	The content does not meet the standard required for Level 1 at this tier.

Notes

There may be some imbalance in the coverage of the two compulsory bullet points but, provided at least some coverage of both bullet points is evident, students will have access to full marks where the other criteria are met.

Range of language

Level	Mark	Response
4	10-12	Very good variety of appropriate vocabulary and structures. More complex sentences are handled with confidence, producing a fluent piece of coherent writing. The style and register are appropriate.
3	7-9	Good variety of appropriate vocabulary and structures. More complex sentences are regularly attempted and are mostly successful, producing a mainly fluent piece of coherent writing with occasional lapses. The style and register are appropriate.
2	4-6	Some variety of appropriate vocabulary and structures. Longer sentences are attempted using appropriate linking words, often successfully. The style and register may not always be appropriate.
1	1-3	Little variety of appropriate vocabulary. Structures likely to be short and simple. Little or no awareness of style and register.
0	0	The range of language produced does not meet the standard required for Level 1 at this tier.

Notes

A mark of Zero for content automatically results in a mark of zero for range of language. Apart from that, the content mark does not limit the mark for range of language.

Accuracy

Level	Mark	Response
5	5	Accurate, although there may be a few errors especially in attempts at more complex structures. Verbs and tense formations are secure.
4	4	Generally accurate. Some minor errors. Occasional major errors, usually in attempts at more complex structures. Verbs and tense formations are nearly always correct.
3	3	Reasonably accurate. There are likely to be minor errors and there may be some major errors, not only in complex structures. Verb and tense formations are usually correct.
2	2	More accurate than inaccurate. The intended meaning is generally clear. Verb and tense formations are sometimes correct.
1	1	There may be major errors and frequent minor ones, and the intended meaning is not always clear. There is only limited success with verb and tense formations.
0	0	The accuracy does not meet the standard required for Level 1 at this tier.

Notes

(a) A major error is one which seriously affects communication.

(b) A mark of zero for content automatically results in a mark of zero for accuracy. Apart from that, the content mark does not limit the mark for language.

Question 3 (12 marks)

The translation is assessed for conveying key messages (6 marks) and application of grammatical knowledge of language and structures (6 marks), as specified in the criteria below. When awarding the marks the student's response across the passage will be considered as a whole.

Conveying key messages

Level	Mark	Response
6	6	All key messages are conveyed.
5	5	Nearly all key messages are conveyed.
4	4	Most key messages are conveyed.
3	3	Some key messages are conveyed.

Level	Mark	Response
2	2	Few key messages are conveyed.
1	1	Very few key messages are conveyed.
0	0	The content does not meet the standard required for Level 1 at this tier.

Application of grammatical knowledge of lanugage and structures

Level	Mark	Response
6	6	Excellent knowledge of vocabulary and structures; virtually faultless.
5	5	Very good knowledge of vocabulary and structures; highly accurate.
4	4	Good knowledge of vocabulary and structures; generally accurate.
3	3	Reasonable knowledge of vocabulary and structures; more accurate than inaccurate.
2	2	Limited knowledge of vocabulary and structures; generally inaccurate.
1	1	Very limited knowledge of vocabulary and structures; highly inaccurate.
0	0	The lanugage produced does not meet the standard required for Level 1 at this tier.

Notes

A mark for zero for conveying key messages automatically results in a mark of zero for application of grammatical knowledge of language and structures, but apart from that, the conveying key messages do not limit the mark for application of grammatical knowledge of language and structures.

AQA

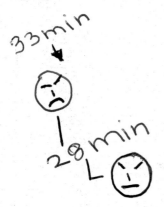